ப.சரவணன் – தமிழ் இலக்கியத்தில் முனைவர் பட்டம் பெற்றவர். பொதுவாசிப்புக்கு உரிய நாவல்கள், சிறுகதைகள், கவிதைகள், வரலாறுகள் போன்றன சார்ந்து 75க்கும் மேற்பட்ட புத்தகங்களை எழுதியுள்ளார். இவர் 'மேகன்' என்ற புனைபெயரிலும் 'டாக்டர் ப. சரவணன்' என்ற பெயரிலும் எழுதி வருகிறார்.

கல்லூரியில் தமிழ் இலக்கியம் பயின்றதால் மரபார்ந்த தமிழ் இலக்கியத்தின் மீது ஈடுபாடு கொண்டிருந்தார். பின்னர், எழுத்தாளர் ஜெயமோகனின் எழுத்துகளின் வழியாக நவீனத் தமிழ் இலக்கியத்தின் மீது விருப்பம் கொண்டு, விரிவாக வாசிக்கத் தொடங்கினார். தொடர்ந்து விமர்சனக் கட்டுரைகளை எழுதினார்.

'சொல்புதிது', சிற்றிதழ், 'மருதம்' இணைய இதழ் ஆகியவற்றில் சிலகாலம் பணியாற்றினார். தொடர்ந்து சில இலக்கியக் கூட்டங்களை மதுரையில் நடத்தினார். தற்போது 'தமிழ் விக்கி'யின் கல்வித்துறை சார்ந்த ஆசிரியர் குழுவில் உள்ளார்.

நவீனத் தமிழ்ப் படைப்புகளின் மீது மரபார்ந்த தமிழ் ரசனை சார்ந்த விமர்சனங்களை முன்வைத்தவர் என்ற முறையில் இவர் தமிழ் இலக்கியப் பெரும்பரப்பில் அடையாளம் காணப்படுகிறார்.

இவர் பெற்றுள்ள விருதுகள்

1. செந்தமிழ்த் திலகம் விருது - ஜூலை 23, 2011
2. இலக்கியச் சுடர் விருது — ஜூலை 21, 2012
3. எழுத்துலகத் தேனீ — 2022

செங்கிஸ்கான்

ப.சரவணன்

செங்கிஸ்கான்
- ப.சரவணன் ©

சுவாசம் பதிப்பகம்

Genghis Khan
by P.Saravanan ©

ISBN: 978-81-19550-89-0
Title Number: Swasam 123

First edition: Dec 2023

Published by:
Swasam Pathippagam,
An imprint of Swasam Publications Private Limited,
52/2, Near B.S Mahal,
Ponmar,
Chennai, Tamil Nadu – 600127
Email: swasam.publications@gmail.com

Printed by: Pustaka Digital Media, Dindigul - 624005

To buy the book: Swasam Bookart - +91-8148066645
Website: https://www.swasambookart.com/

உள்ளே...

1. மங்கோலிய வெற்றியாளர்

அதிகாரம், தலைமைத்துவம் மற்றும் வெற்றியின் அடையாளமாகத் திகழ்ந்தவர் மங்கோலியப் பேரரசர் செங்கிஸ்கான். இவர் அவரது பாரம்பரியம், ராணுவ சாதனைகள், புதுமையான ஆட்சி ஆகியவற்றுக்காக உலக வரலாற்றில் குறிப்பிடத்தகுந்த நபராக உள்ளார்.

பொ.யு.1160களின் முற்பகுதியில் தெமுஜின் என்ற பெயரில் பிறந்த செங்கிஸ்கான், எளிமையான வாழ்க்கையிலிருந்து, மிகப்பெரிய பேரரசுகளில் ஒன்றின் ஆட்சியாளராக உயர்ந்ததுவரையிலான அவரது பயணம் அவரது புத்திசாலித்தனம், வசீகரமான தலைமைக்கு ஒரு சான்றாகும். செங்கிஸ்கானின் இளமைக்காலம் துன்பங்களால் நிறைந்தது. பழங்குடி இனக் குழுக்களிடையே மோதல்கள் நிறைந்த காலத்தில் அப்பழங்குடியின குடும்பமான போர்ஜிகின் குலத்தில் பிறந்தார்.

தனது தந்தையின் மரணத்திற்குப் பின்னர், அவர் தனது சொந்த இனத்தால் கைவிடப்பட்டார். இருப்பினும், அவர் கட்டுப்பாடுகளை மீறி, தனது ராஜதந்திரம், தலைமைத்துவம், மங்கோலியத் தேசத்தின் மீதான தெளிவான பார்வை ஆகியவற்றின் மூலம் பல்வேறு மங்கோலியப் பழங்குடியினரைத் தனது தலைமையின் கீழ் ஒன்றிணைத்தார். செங்கிஸ்கானின் குறிப்பிடத்தக்கக் குணங்களில் ஒன்று அவரது ராணுவ மேலாண்மை. அவர் மிகவும் கட்டமைக்கப்பட்ட, ஒழுக்கமான ராணுவத்தை உருவாக்கினார். தனது எதிரிகளை வெல்லத் துரித இயக்கம், ஏமாற்றுதல், உளவியல் போரைப் பயன்படுத்துதல் போன்ற தந்திரங்களைப் பயன்படுத்தினார்.

அவர் தனது படைகளைப் பத்து அலகுகளாகப் பிரித்து, திறமையான தகவல்தொடர்பு மூலம் அவற்றை ஒருங்கிணைத்தார். கலப்பு வில்களைக் கொண்ட மங்கோலியக் குதிரைப்படை, விரைவாகத் தாக்கி, விரைவாகப் பின்வாங்கக் கூடிய ஒரு வலிமையான படையாக நிரூபிக்கப்பட்டது. மங்கோலியப் பேரரசை நிறுவுவதற்கு பின்புலமாக செங்கிஸ்கானின் ராணுவ மேலாண்மை செயல்பட்டது. இவர் ஆசியா, ஐரோப்பா மத்தியக் கிழக்கு முழுவதும் படையெடுப்புகள் நடத்தி குவாரெஸ்மியப் பேரரசு, வடக்கு சீனாவில் உள்ள ஜின் வம்சம், கீவன் ரஸ் ஆகியவற்றைக் கைப்பற்றினார். இவரது காலத்தில் மங்கோலியப் பேரரசு பசிபிக் பெருங்கடல் முதல் மத்திய தரைக்கடல் வரை பரவி வரலாற்றில் மிகப்பெரிய நிலப் பேரரசாக மாறியது

செங்கிஸ்கானின் தலைமைத்துவமும், ஆட்சியும் அவரை ஒரு தொலைநோக்கு ஆட்சியாளராக உருவாக்கியது. சொத்துரிமைகள், திருமணம், வர்த்தகம் உள்ளிட்ட மங்கோலியச் சமூகத்திற்கான விதிகளை நிறுவிய 'யாசா' என்று அழைக்கப்படும் சட்டத்தை அவர் செயல்படுத்தினார். இந்தச் சட்டம் மத சகிப்புத்தன்மையை ஊக்குவித்தது, வெல்லப்பட்ட மக்கள் தங்கள் பழக்கவழக்கங்களையும் பாரம்பரியங்களையும் தக்க வைத்துக்கொள்ள அனுமதிக்கப்பட்டனர். இதனால் பேரரசுக்குள் ஒற்றுமை உணர்வு வளர்ந்தது.

செங்கிஸ்கானின் ஆட்சியில் வர்த்தகம் பரவியது. பரந்த மங்கோலியப் பேரரசு புகழ்பெற்ற பட்டுப்பாதை வழியாக ஐரோப்பாக் கண்டம் முழுவதும் வியாபாரம் மூலம் பொருட்களை பரிமாறிக்கொண்டது. இதனால் கிழக்கு உலகம் மேற்கு உலகத்துடன் வெற்றிகரமாக இணைக்கப்பட்டது. 'தங்க நகைகளுடன் ஓர் இளம் பெண் செங்கிஸ்கானின் பேரரசு முழுவதும் ஓரிடத்திலிருந்து மற்றொரு இடத்திற்கு பயமின்றிப் பாதுகாப்பாகச் செல்ல முடியும்' என்று மங்கோலியப் பேரரசைப் பற்றிக் கூறப்பட்டது.

இதன் மூலம் கிழக்கிற்கும் மேற்கிற்கும் இடையிலான கலாசாரப் பரிமாற்றம், தொழில்நுட்ப அறிவு ஆகியவை முன்னேறியது. இக்காலகட்டம் ஐரோப்பாவின் மறுமலர்ச்சிக்கும் உலகின் பல்வேறு பகுதிகளில் கலாசார மாற்றத்திற்கும் பங்களித்தது. செங்கிஸ்கானின் பாரம்பரியத்தின் மூலம், உலகம் அதிகார இயக்கவியல், வர்த்தகம் கலாசாரத்தில் ஆற்றல்மிக்க மாற்றத்தைக் கண்டது. வரலாற்றில் செங்கிஸ்கானின் முத்திரை அழிக்க முடியாதபடி பதியப்பட்டது.

செங்கிஸ்கானின் இளமை துன்பங்களால் நிறைந்திருந்தது. அதுவே பிற்காலத்தில் அவர் ஒரு புகழ்பெற்ற தலைவராகவும் வெற்றியாளராகவும் மாறுவதற்கு அடித்தளமிட்டது. இவரது ஆரம்பக்கால வாழ்க்கை கொந்தளிப்பான அரசியல் நிலப்பரப்பு, பழங்குடியின சண்டைகள், அவரது தந்தையின் இழப்பு ஆகியவற்றால் வடிவமைக்கப்பட்டது. செங்கிஸ்கான் பிறந்த நேரத்தில் மங்கோலியா, நாடோடி வாழ்க்கை முறை, பழங்குடி போர், உயிர்வாழ்வதற்கான தொடர்ச்சியான போராட்டம் அகியவற்றைக் கொண்ட நாடாக இருந்தது. செங்கிஸ்கானின் தந்தை யேசுகேய் குலத்தின் தலைவராக இருந்தார். செங்கிஸ்கானுக்கு ஒன்பது வயதாக இருந்தபோது அவரது தந்தை யேசுகேய் படுகொலை செய்யப்பட்டார். அதனால் குலத்தின் தலைமை சீர்குலைந்தது.

செங்கிஸ்கானும் அவரது குடும்பத்தினரும் தங்கள் சொந்தப் பழங்குடியினரால் கைவிடப்பட்டு ஒதுக்கி வைக்கப்பட்டனர். அவரது குடும்பம் வறுமை, பசி தனிமையை அனுபவித்தது, பெரும்பாலும் சொற்ப மளிகைப் பொருட்களுடன் வேட்டையாடவோ அல்லது சேகரிக்கவோ முடிந்த அனைத்தையும் நம்பி வாழ்ந்தது.

ஏழ்மையான இந்தக் காலகட்டம் செங்கிஸ்கானுக்கு ஒரு ஆக்கபூர்வமான காலமாகும். இது அவரது நிலம், அதன் வளங்களைப் பற்றிய ஆழமான புரிதலை வளர்த்துக் கொள்ள அவருக்கு உதவியது.துன்பங்களுக்கு மத்தியிலும் செங்கிஸ்கானின் தலைமைப் பண்புகள் வெளிப்படத்தொடங்கின. சவால்கள் இருந்தபோதிலும், அவர் தனது கண்ணியத்தையும், உறுதியையும், உணர்வையும் தக்க வைத்துக் கொண்டார். பழங்குடி இளைஞர்களுடன் நட்பை ஏற்படுத்திக் கொண்டார். ஒன்றாக, அவர்கள் சவால்களை எதிர்கொண்டனர். வேட்டையாடவும், குதிரைச் சவாரி செய்யவும், தங்களைத் தற்காத்துக்கொள்ளவும் கற்றுக்கொண்டனர்.

இந்த அனுபவங்கள் செங்கிஸ்கானின் தலைமைப் பண்புகளை வளர்த்தன மங்கோலியப் பழங்குடிகளை ஒன்றிணைப்பதற்கான எண்ணத்திற்கு அடித்தளம் அமைத்தது. தனது குலத்தால் ஒதுக்கி வைக்கப்பட்ட அவரது சொந்த அனுபவங்கள், உள் பிளவுகள் வெளிப்புற அச்சுறுத்தல்களைத் தாங்கக்கூடிய ஓர் ஒருங்கிணைந்த மங்கோலியத் தேசத்தை நிறுவுவதற்கான அவரது விருப்பத்தைத் தூண்டி, தொலைநோக்குப் பார்வை கொண்ட தலைவராக வடிவமைத்தது. இந்தக் கஷ்டங்கள், அவரது உணர்வை உடைப்பதற்குப் பதிலாக, அவரது

உயிர்வாழும் உள்ளுணர்வுகளைக் கூர்மைப்படுத்தி, அவரது தலைமைப் பண்புகளை வடிவமைத்தன. ஒன்றுபட்ட மங்கோலியத் தேசத்தை உருவாக்குவதற்கான அவரது உறுதிப்பாட்டைத் தூண்டின.

செங்கிஸ்கானின் தந்தை யேசுகேயின் படுகொலையால் போர்ஜிகின் குலம் குழப்பத்தில் மூழ்கியது. மோசமான சூழ்நிலைகள் இருந்தபோதும், செங்கிஸ்கானின் குணங்களான மீள்திறனும், தலைமைத்துவமும் அவரது பதின்ம வயதில் வெளிப்படத் தொடங்கின. செங்கிஸ்கானின் பதின்ம வயது வாழ்க்கையின் மிக முக்கியமான உறவு ஜமுகாவுடனான அவரது பிணைப்பு ஆகும். ஜமுகா மற்றொரு பழங்குடி குழுவான ஜடாரன் இனக்குழுவைச் சேர்ந்தவன். இந்த இரு இளைஞர்களும் தங்களுக்கு ஏற்பட்ட ஒன்றுபட்ட அனுபவங்களால் தங்கள் சூழ்நிலைகளைச் சமாளிக்க ஒன்றிணைந்தனர். இந்த நட்பு செங்கிஸ்கானின் வாழ்க்கையில் முக்கியமான திருப்பமாகும். ஜமுகா ஒரு விசுவாசமான கூட்டாளியாகவும் மாறினான்.

தனது பதின்ம வயதில், கூட்டணிகளை உருவாக்குவதற்கும் பழங்குடி அரசியலை வழிநடத்துவதற்குமானத் திறனை வெளிப்படுத்தியதால் செங்கிஸ்கானின் தலைமைத்துவத் திறன்கள் பிரகாசிக்கத் தொடங்கின. மற்ற குறுநில மன்னர்கள் பழங்குடித் தலைவர்களுடனான உறவுகளின் முக்கியத்துவத்தை அவர் உணர்ந்தார், அவர் அதிகாரத்திற்கு வருவதற்கு முக்கியமான ஆதரவு வலையமைப்பை வளர்த்துக் கொண்டார்.

ஓர் இளம் போர்வீரராக அவரது அனுபவங்கள் அவருக்குப் போர்க்கலையைக் கற்றுக்கொடுத்தன, இது அவரது படையெடுப்புகளில் பெரும் விளைவுகளை ஏற்படுத்தியது. துன்பங்கள் இருந்தபோதிலும், செங்கிஸ்கானின் பதின்ம வயதில் வெற்றியின் தருணங்கள் இல்லாமல் இல்லை. இந்த வயதில்தான் அவருக்குத் தனது முதல் மனைவி போர்டேவுடன் திருமணம் நடந்தது. இந்தத் திருமணம் கூட்டணிகளை உறுதிப்படுத்தியது மட்டுமல்லாமல், சிக்கலான சமூக இயக்கவியலை வழிநடத்துவதற்கும், தலைமைத்துவத்திற்கான தேடலில் அவருக்கு உதவும் இணைப்புகளை உருவாக்குவதற்கும் உதவியது.

வேறுபட்ட மங்கோலியப் பழங்குடிகளை ஒரு பொதுவான நோக்கத்தின் கீழ் ஒன்றிணைப்பதற்கான முயற்சிகள் அவரது

பதின்ம வயதில் தொடங்கப்பட்டது. தனது சொந்தக் குலத்தால் கைவிடப்பட்டதாலும், மங்கோலியக் குழுக்களுக்கிடையில் இருந்த ஒற்றுமையின்மையும் ஒருங்கிணைந்த மங்கோலியத் தேசத்தை நிறுவுவதற்கான அவரது உறுதிப்பாட்டிற்கு ஊக்கமளித்தன. இந்தக் குறிக்கோள் அவரது வாழ்நாள் முழுவதும் அவரது செயல்களையும் முடிவுகளையும் இயக்கியது.

செங்கிஸ்கானின் பதின்ம வாழ்க்கைச் சோதனைகளின், தனிப்பட்ட வளர்ச்சியின் காலமாகும். தந்தையின் இழப்பு முதல் பழங்குடி அரசியலின் சிக்கல்கள் வரை அவர் எதிர்கொண்ட சவால்கள் அவரை ஒரு தலைவராக வடிவமைத்தன. கூட்டணிகளை உருவாக்குவதற்கும், சமூகத்தை வழிநடத்துவதற்கும், ஒன்றுபட்ட மங்கோலியத் தேசத்தை உருவாக்குவதற்குமான அவரது திறன் இந்த ஆண்டுகளில் மெருகேற்றப்பட்டது. செங்கிஸ்கானின் பதின்ம வயது அனுபவங்கள் அவரது எதிர்கால வெற்றிகளுக்கும், அவரது நீடித்தப் பாரம்பரியத்திற்கும் அடித்தளம் அமைத்தன.

செங்கிஸ்கான் சிக்கலான குடும்ப வாழ்க்கையைக் கொண்டிருந்தார். இது அவரது அடையாளம், முடிவுகள் பாரம்பரியத்தை வடிவமைப்பதில் குறிப்பிடத்தக்கப் பங்கைக் கொண்டிருந்தது. அவரது மனைவிகள், குழந்தைகள், குடும்ப உறுப்பினர்களுடனான அவரது உறவுகள் ஆகியவை அவரது தலைமைத்துவப் பாணி, கலாசார மதிப்புகள், தனிப்பட்ட துறையை நிர்வகிக்கும் சிக்கலான இயக்கவியல் பற்றிய தகவல்களை வழங்குகின்றன.

அவரது முதல் மனைவி போர்டே, அவரது இதயத்தில் ஒரு சிறப்பு இடத்தைப் பிடித்தார். கூட்டணிகளை உருவாக்குவதற்காக ஏற்பாடு செய்யப்பட்ட அவர்களது திருமணம், வலுவான கூட்டாண்மையாக வளர்ந்தது. ஒரு போட்டி பழங்குடியினரால் போர்டே கடத்தப்பட்டபோது அவளை மீட்க செங்கிஸ்கான் செய்த முயற்சிகள் அவர்களது அன்பின் ஆழத்தை அடிக்கோடிட்டுக் காட்டுகின்றன. செங்கிஸ்கானின் குடும்பம் சார்ந்த அணுகுமுறையின் சான்றுகளை அவரது குழந்தைகளுடனான தொடர்புகளில் காணலாம். அவர் கல்வி ஒழுக்கத்தை மதிக்கும் ஒரு தந்தையாக இருந்தார். அவர் தனது சந்ததியினருக்குத் தலைமைத்துவ திறன்களையும் கலாசார மதிப்புகளையும் வழங்க முயன்றார்.

விசுவாசம்,ஒற்றுமை,நெறிமுறை ஆகியவற்றின் முக்கியத்துவத்தை அவர் வலியுறுத்தினார். அவர் கட்டியெழுப்பும் பரந்த

சாம்ராஜ்ஜியத்தை நிர்வகிக்க அவரது வாரிசுகள் நன்கு தயாராக இருப்பார்கள் என்பதை உறுதிப்படுத்தினார். அவர் திறமையை ஊக்குவித்தார். தனது குழந்தைகளை அவர்களின் பரம்பரையைவிட அவர்களின் திறன்களின் அடிப்படையில் உயர அனுமதித்தார்.

செங்கிஸ்கானின் குடும்ப உறவுகளில் சவால்கள் இல்லாமல் இல்லை. அவர் அதிகாரத்திற்கு வந்ததும், முன்னெப்போதும் இல்லாத செல்வாக்கைக் கொண்ட தலைவராக அவர் மாறியதும் அவரது சொந்த உறவினர்களிடையே மோதல்களையும் போட்டிகளையும் ஏற்படுத்தியது. செங்கிஸ்கானுக்கும், ஜமுகாவுக்கும் இடையிலான பதற்றங்கள் அவரது குடும்ப வாழ்க்கையில் எதிரொலித்தன. மங்கோலியப் பழங்குடிகள் மீதான அவர்களின் மாறுபட்ட பார்வைகளும், தலைமைக்கான அவர்களின் போட்டியும் இறுதியில் பிளவுக்கு வழிவகுத்தது.

செங்கிஸ்கானின் போர்டேவுக்கு பின் செய்த அடுத்தடுத்த திருமணங்கள், பெரும்பாலும் அரசியல் காரணங்களால் ஏற்பட்டது. இந்தத் திருமணங்கள் சிக்கலான சமூக இயக்கவியலை வழிநடத்துவதற்கான அவரது திறனை அடிக்கோடிட்டுக் காட்டின. செங்கிஸ்கான் பல்வேறு பின்னணிகளைச் சேர்ந்த பெண்களைத் திருமணம் செய்ய விருப்பம் தெரிவித்தது கூட்டணிகளை உறுதிப்படுத்தியது மட்டுமல்லாமல், மங்கோலியப் பேரரசுக்குள் பல்வேறு இனக் குழுக்கள் கலாசாரங்களை ஒருங்கிணைக்கவும் உதவின. பேரரசின் மாறுபட்ட மக்களிடையே ஒற்றுமையையும் புரிதலையும் வளர்த்தது.

செங்கிஸ்கானின் குடும்ப வாழ்க்கையின் மற்றொரு குறிப்பிடத்தக்க அம்சம் மங்கோலிய கலாசார மரபுகளை அவர் கடைப்பிடிப்பதாகும். அவர் வளர்ந்த மங்கோலியச் சமூகம் குடும்ப உறவுகள் வகுப்புவாத மதிப்புகளுக்கு முக்கியத்துவம் அளித்தது. இந்தக் கலாசார விதிமுறைகள் அவரது தலைமைத்துவத்தைப் பாதித்தன. ஏனெனில் அவர் தனது குடிமக்களிடையே ஒற்றுமை உணர்வையும் உருவாக்க முயன்றார். மத சகிப்புத்தன்மையை ஊக்குவிப்பதற்கும், தனது மக்களின் நலன்களைப் பாதுகாப்பதற்கும் அவர் மேற்கொண்ட முயற்சிகள் அவரது குடும்பமான மங்கோலியத் தேசத்தின் நலனுக்கான அவரது உறுதியைப் பிரதிபலித்தன.

ஒரு தலைவராக அவரது அடையாளம், ஒன்றுபட்ட மங்கோலியத் தேசத்திற்கான அவரது பார்வை, வரலாற்று முக்கியத்துவம் வாய்ந்த நபராக அவர் விட்டுச்சென்ற பாரம்பரியம் ஆகியவற்றை வடிவமைப்பதில் அவரது குடும்பம் முக்கியப் பங்கு வகித்தது.

செங்கிஸ்கானின் உணவு

செங்கிஸ்கானின் தனிப்பட்ட உணவுப் பழக்கவழக்கங்களைப் பற்றிய உறுதியான விவரங்கள் குறைவாக இருந்தாலும், வரலாற்று பதிவுகளும் அக்காலத்துக் கலாசார சூழலும் உணவு வகைகளையும், அவரது சாம்ராஜ்யத்தை வடிவமைத்த சமையல் மரபுகள் பற்றிய தகவல்களையும் வழங்குகின்றன.

மங்கோலிய வாழ்க்கை முறை இப்பகுதியின் பரந்த புல்வெளிகள், நாடோடி வாழ்க்கை முறை ஆகியவற்றுடன் நெருக்கமாகப் பின்னிப் பிணைந்திருந்தது. எனவே, செங்கிஸ்கானின் உணவு கிடைக்கக்கூடிய வளங்களையும் பயன்படுத்தி உருவாக்கும் உணவையும், தேவைகளையும் பிரதிபலித்தது. மங்கோலியர்களின் உணவு இறைச்சி, பால் பொருட்கள், தானியங்களை மையமாகக் கொண்டது. இது நாடோடி வாழ்க்கைச் சார்ந்த, பெரும்பாலும் உடல் ரீதியாகத் தேவைப்படும் வாழ்க்கை முறைக்கு தேவையான ஆற்றலை வழங்குவதற்காக வடிவமைக்கப்பட்டது.

செங்கிஸ்கானும் அவரது வீரர்களும் குதிரைகள், செம்மறி ஆடுகள், வெள்ளாடுகள் உள்ளிட்ட பல்வேறு மூலங்களிலிருந்து கிடைக்கும் இறைச்சியைப் பெரிதும் நம்பியிருந்தனர். மங்கோலியர்கள் திறமையான குதிரை வீரர்களாக இருந்தனர். மேலும் குதிரைகள் போரில் மட்டுமல்லாமல் அவர்களின் உணவுப் பழக்கத்திலும் முக்கியப் பங்கு வகித்தன. குதிரை இறைச்சி ஒரு புரத மூலமாக உட்கொள்ளப்பட்டது. இது அவர்களுக்கு எளிதில் கிடைக்கும் உணவாக இருந்தது. செங்கிஸ்கானின் உணவின் மற்றொரு முக்கிய அம்சம் பால் பொருட்கள், குறிப்பாக பசுக்கள், எருதுகள், ஒட்டகம் போன்ற விலங்குகளிலிருந்து பால், தயிர் பாலாடைக்கட்டி போன்றவை முக்கிய ஊட்டச்சத்துக்கள் நிறைந்த உணவுகளை வழங்கின.

பால் பொருட்கள் மங்கோலியர்களின் நாடோடி வாழ்க்கைச் சூழலுக்கும், பயணங்களுக்கும் முக்கியமானவை. பால் பொருட்களின் நொதித்தல் நீண்டகாலச் சேமிப்புக்கு அனுமதித்தது. அவை சமையல் தொகுப்பின் தவிர்க்க முடியாத பகுதியாக அமைகின்றன. பிரதான தானியங்களான

கோதுமை, பார்லி ஆகியவை ரொட்டி, கஞ்சி எளிதில் கொண்டு செல்லக்கூடிய, தயாரிக்கக்கூடிய பிற வகையான உணவுகளைத் தயாரிக்கப் பயன்படுத்தப்பட்டன.

செங்கிஸ்கானின் வெற்றிகள் அவரைப் பல்வேறு கலாசாரங்களுடனும், சமையல் பாரம்பரியங்களுடன் தொடர்பு கொள்ளச் செய்தாலும், மங்கோலிய உணவுகள் அவற்றின் நடைமுறை கிடைக்கும் தன்மை காரணமாக விருப்பமான உணவாக இருந்தன. செங்கிஸ்கானின் ராணுவப் படையெடுப்புகள் மூலம் அவர் கைப்பற்றிய பரந்த பிரதேசங்களிலிருந்து சமையல் குறிப்புகளும் பொருட்களின் பரிமாற்றமும் ஏற்பட்டது. தொலைதூர நாடுகளிலிருந்து மசாலா பொருட்கள், பழங்கள், காய்கறிகள் ஆகியவை மங்கோலிய உணவில் நுழைந்தன. இது அவரது பேரரசின் சமையல் கலையை வளப்படுத்தியது.

பாக்ஸ் மங்கோலியாவின் (Pax Mongolica) உருவாக்கம் அவரது பேரரசில் அமைதி நிலவிய காலகட்டம். பட்டுப்பாதையில் நடைபெற்ற வர்த்தகம் கலாசார பரிமாற்றத்தை ஊக்குவித்தது. கிடைக்கக்கூடிய உணவு வகைகளை மேலும் பன்முகப்படுத்தியது. செங்கிஸ்கானின் உணவுப் பழக்கவழக்கங்கள் அவரது நாடோடி வாழ்க்கை முறையின் நடைமுறைகள், மங்கோலியப் புல்வெளிகளின் கிடைக்கக் கூடிய வளங்களில் வேரூன்றியிருந்தன.

மங்கோலியச் சமையல் பாரம்பரியம் ஒரு வெற்றியாளரின் நடைமுறைத் தேர்வுகளை மட்டுமல்லாமல், மங்கோலியப் பேரரசின் குடையின் கீழ் ஒன்றிணைக்கப்பட்ட பல்வேறு வகையான கலாசாரங்களையும் மரபுகளின் செல்வாக்கையும் பிரதிபலிக்கிறது.

தலைமைப் பாரம்பரியத்தை பிரதிபலிக்கும் உடை

செங்கிஸ்கானின் உடை பற்றிய விவரங்கள் தெளிவற்றதாக இருந்தாலும், வரலாற்றுக் குறிப்புகளும் அக்காலச் சூழலும் செங்கிஸ்கானையும் அவரது சாம்ராஜ்யத்தையும் வரையறுத்த ஆடைப் பழக்கவழக்கங்களைக் காட்டுகின்றன.

செங்கிஸ்கானும் அவரது மக்களும் அணிந்திருந்த ஆடைகள் மங்கோலியப் புல்வெளிகளின் கடுமையான நிலைமைகளைத் தாங்கக்கூடிய, பாதுகாப்பை வழங்கக்கூடிய, இயக்கத்தை எளிதாக்கும் ஆடைகளை அவசியமாக்கின. பாரம்பரிய மங்கோலிய உடை செம்மறி ஆடுகள், வெள்ளாடுகள்,

குதிரைகள் போன்ற அவர்கள் நம்பிய விலங்குகளிலிருந்து பெறப்பட்ட பொருட்களைக் கொண்டிருந்தது.

செங்கிஸ்கானின் உடை ஒரு தலைவர், போர்வீரர் என்ற அவரது அந்தஸ்தால் பாதிக்கப்பட்டிருக்கலாம். குறுநில மன்னனாகவும், பின்னர் ஒரு பரந்த சாம்ராஜ்ஜியத்தின் ஆட்சியாளராகவும், அவர் தனது ஆடைகளால் அடையாளம் காணப்பட்டிருப்பார். செங்கிஸ்கான் உள்ளிட்ட மங்கோலிய தலைவர்கள் பெரும்பாலும் அலங்கரிக்கப்பட்ட ஆடைகளை அணிந்தனர் என்று வரலாற்றுக் குறிப்புகள் தெரிவிக்கின்றன. இதில் விலங்குகளின் ரோமத்தால் செய்யப்பட்ட ஆடைகள், இடைவார்கள், தனித்துவமான தலைக்கவசம் ஆகியவை அடங்கும். இந்த ஆடைகள் செயல்பாட்டு நோக்கங்களுக்காக மட்டுமல்லாமல், அன்றையச் சமூக நிலையையும், அதிகாரத்தையும் வெளிப்படுத்தின.

செங்கிஸ்கானது உடையின் மிகவும் முக்கிய அம்சம் அவரது தலைக்கவசம். இது சம்பிரதாய மங்கோலிய கலாசாரத்தின் கௌரவமான, மரியாதையின் அடையாளமாக முன்வைக்கப்பட்டது. பொதுவாகத் தலைக்கவசம் மங்கோலிய தலைவர்களை மற்ற குழுக்கள் பழங்குடியினரிடமிருந்து வேறுபடுத்தும் ஒரு கலாசார அடையாளமாக இருந்தது. செங்கிஸ்கானின் உடை அவரது மக்களின் கலாசார மரபுகளையும் பிரதிபலித்தது. மங்கோலியப் பேரரசு பல்வேறு இனக்குழுக்களின், பழங்குடிகளின் உறைவிடமாக இருந்தது. அவர்களின் ஆடைகள் வெவ்வேறு பாணிகளைக் கொண்டிருந்தது.

இதன் விளைவாக, செங்கிஸ்கானின் உடை அவரது பேரரசில் உள்ள பல்வேறு கலாசாரங்களின் கூறுகளை உள்ளடக்கியிருக்கலாம். இது பல்வேறு மக்களை ஒருங்கிணைப்பதில் அவரது பங்கைக் காட்டுகிறது. செங்கிஸ்கானின் ஆடை பழக்கவழக்கம் நடைமுறை மங்கோலிய வாழ்க்கை முறை, இயக்கம், பல்வேறு வானிலை நிலைமைகளுக்குத் தயாராக வேண்டியதன் அவசியம் ஆகியவற்றை உள்ளடக்கியது. விலங்குகளின் தோல்கள் ரோமங்களைப் பயன்படுத்துவது குளிருக்கு எதிராக பாதுகாப்பு அளித்தது. அதே நேரத்தில் தளர்வான பொருத்தமான ஆடைகள் இயக்க சுதந்திரத்திற்கு அனுமதிக்கப்பட்டன. இது குதிரைச் சவாரி செய்வதற்கும் போரில் ஈடுபடுவதற்கும் முக்கியமானது.

செங்கிஸ்கானின் ஆடைப் பழக்கம் அவரை ஒரு தலைவராக அடையாளப்படுத்தியது மட்டுமல்லாமல், பரந்த மங்கோலியப் பேரரசின் கலாசாரத்தையும் பாரம்பரியங்களின் செழுமையான கட்டமைப்பையும் பிரதிபலித்தது.

செங்கிஸ்கானது அன்றாட வழக்கத்தைப் பற்றிய விவரங்கள் குறைவாக இருந்தாலும், வரலாற்றுப் பதிவுகளும் அக்காலத்தின் சூழலும் அவரின் வாழ்க்கை முறை குறித்த தகவல்களை வழங்குகின்றன.

அவரது அன்றாட நடவடிக்கைகள் முதல் அவரது தலைமைத்துவ பாணி வரை, செங்கிஸ்கானின் வாழ்க்கை நடைமுறைவாதம், கலாசாரப் பாரம்பரியம் ஆகியவற்றின் கலவையைக் கொண்டது. மங்கோலியப் புல்வெளிகளில் வளர்ந்தது செங்கிஸ்கானின் அன்றாட வாழ்க்கையைப் பெரிதும் பாதித்தது. மங்கோலிய வாழ்க்கை முறை நாடோடியாக இருந்தது. விலங்குகளை மேய்ப்பதைச் சுற்றிச் சுழன்று, சுற்றுச்சூழலின் தேவைகளுக்கு ஏற்ப தகவமைத்துக் கொண்டது. மந்தைகளை மேற்பார்வையிடுதல், வளங்களை நிர்வகித்தல், அவரது குடும்பத்தின் நல்வாழ்வை உறுதி செய்தல் போன்ற பொறுப்புகளால் அவரது தினசரி வாழ்வு வடிவமைக்கப்பட்டிருக்கலாம்.

ஒரு தலைவராகச் செங்கிஸ்கானின் பங்கு சடங்குகளையும் ராஜதந்திர பொறுப்புகளையும் உள்ளடக்கியது. மங்கோலியச் சமூகத்தில் வழக்கத்தில் இருந்த சடங்குகளில் அவர் அடிக்கடி ஈடுபட்டார்.மூதாதையர் ஆவிகளுக்குக் காணிக்கை செலுத்துதல் போன்ற சடங்குகள் அவரது தலைமையை உறுதிப்படுத்தவும் அவரது பேரரசின் ஒற்றுமையைப் பராமரிக்கவும் உதவின. சம்பிரதாய உடைகள் தலைக்கவசங்கள் அவரது அதிகாரத்தின் அடையாள அடையாளங்களாகவும், பல்வேறு பழங்குடிகளை ஒருங்கிணைப்பதில் அவரது பாத்திரத்தின் அடையாளமாகவும் இருந்தன.

நாடோடி வேர்கள் இருந்தபோதிலும், செங்கிஸ்கானின் வாழ்க்கை முறை அவரது பேரரசு விரிவடைந்ததால் உருவானது. அவர் காரகோரம் என்ற தலைநகரை நிறுவினார். இது அரசியல், கலாசார நடவடிக்கைகளின் மையமாக மாறியது. தலைநகரில் அவரது அன்றாட வாழ்க்கையில் ஆலோசகர்களுடனான சந்திப்புகள், நிர்வாகம் பற்றிய விவாதங்கள், அவரது சாம்ராஜ்யத்திற்குள் உள்ள பல்வேறு பிராந்தியங்களைச் சேர்ந்த பிரதிநிதிகளுடனான தொடர்புகள்

ஆகியவை அடங்கும். இவரது பேரரசு பல்வேறு இனக்குழுக்கள் மரபுகளை உள்ளடக்கியது.

கலாசாரப் பரிமாற்றத்திற்கான அவரது வெளிப்படைத்தன்மை பல்வேறு மதங்களைச் சகித்துக்கொள்வது, வெளிநாட்டு நடைமுறைகளை இணைப்பதற்கான அவரது விருப்பம் ஆகியவற்றில் தெளிவாகத் தெரிகிறது. பரந்த, பன்முகத்தன்மை கொண்ட நிலப்பரப்பை ஆட்சி செய்வதில் உள்ள சிக்கல்களை அவர் வழிநடத்தியதால், இந்தத் தகவமைப்பு அவரது அன்றாடத் தொடர்புகள் முடிவெடுப்பதில் பிரதிபலித்தது. செங்கிஸ்கான் உடனடி சவால்கள் குறித்து மட்டுமல்லாமல், தனது சாம்ராஜ்ஜியத்தின் நீண்டகால ஸ்திரத்தன்மை குறித்தும் அக்கறை கொண்டிருந்தார்.

வர்த்தகத்தை மேம்படுத்துவதற்கும், தனது குடிமக்களைப் பாதுகாப்பதற்கும், வென்ற மக்களிடையே ஒற்றுமை உணர்வை உருவாக்குவதற்கும் அவர் மேற்கொண்ட முயற்சிகள் அவரது உறுதிப்பாட்டை வெளிப்படுத்தின. செங்கிஸ்கானின் அன்றாட வாழ்க்கை முறை அவரது நாடோடி வளர்ப்பு, ஒரு தலைவராக அவரது பங்கு மாறிவரும் சூழ்நிலைகளுக்கு ஏற்ப அவரது தகவமைப்பு ஆகியவற்றால் வடிவமைக்கப்பட்டது.

அவரது வழக்கமானது ராணுவத் தலைமை, சடங்கு, கடமைகள், நடைமுறை முடிவு எடுத்தல் ஆகியவற்றின் கலவையை உள்ளடக்கியது. மங்கோலியப் புல்வெளிகள் முதல் அவரது தலைநகரில் அதிகாரத்தின் தாழ்வாரங்கள் வரை, செங்கிஸ்கானின் வாழ்க்கை பல்வேறு சூழல்களை வழிநடத்துவதற்கும், கூட்டணிகளை உருவாக்குவதற்கும், வரலாற்றில் ஒரு நிலையான அடையாளத்தை விட்டுச் செல்வதற்குமான அவரது திறனுக்கு ஒரு சான்றாக இருந்தது.

2. செங்கிஸ்கானின் லட்சியம்

செங்கிஸ்கானின் தலைவராகும் பயணம் தனிப்பட்ட அனுபவங்கள், உறுதிப்பாடு, அவரது மக்கள் எதிர்கொள்ளும் சவால்கள் குறித்த ஆழமான புரிதல் ஆகியவற்றின் கலவையில் வேரூன்றியது. அவரது லட்சிய உந்துதல்களைப் பற்றிய நேரடிக் குறிப்புகள் குறைவாக இருந்தாலும், வரலாற்றுப் பதிவுகள், சூழலியல் பகுப்பாய்வுகள் தலைமைப் பொறுப்பை ஏற்கும் அவரது விருப்பத்தையும் அவரது லட்சியத்தின் பின்னால் உள்ள உந்து சக்திகளையும் வெளிச்சம் போட்டுக் காட்டுகின்றன.

செங்கிஸ்கானின் ஆரம்பக்கால வாழ்க்கையில் ஏற்பட்ட அவரது தந்தையின் இழப்பும், பின்னர் அவரது குடும்பம் சொந்த குலத்தால் கைவிடப்பட்டதும். அவரது மனதில் பெருத்தத் தாக்கத்தை ஏற்படுத்தியது. துண்டுத் துண்டான மங்கோலியப் பழங்குடிகளை ஒன்றிணைத்து சொந்தமான அடையாள உணர்வை நிறுவுவதற்கான விருப்பத்தை வளர்த்தன. மங்கோலியர்களிடையே நிலவிய ஒற்றுமையின்மை, பழங்குடிப் போட்டிகளும் செங்கிஸ்கானுக்கு மக்களை ஒன்றிணைக்கக்கூடிய ஒரு தலைவராக மாறுவதற்கான பார்வையைத் தூண்டியது.

அவரது தந்தை யேசுகேயின் படுகொலை செங்கிஸ்கானின் சவால்களுக்கு வழிவகுத்தது மட்டுமல்லாமல், அவரது குடும்பத்தின் கௌரவத்தை நிலைநிறுத்துவதற்கான பொறுப்புணர்வையும் அவருக்குள் விதைத்தது. போர்ஜிகின் குலம் மங்கோலியச் சமூகத்திற்குள் அவரது குடும்பத்தின் அந்தஸ்தை மீட்டெடுக்க வேண்டிய அவசியம் ஆகியவை அவருக்குத் தலைமைக்கான உறுதியைத் தூண்டியது.

ஓர் இளம் போர்வீரராகவும் தலைவராகவும் நாடோடி வாழ்க்கை முறை, பழங்குடி அரசியல் ஆகியவற்றின் சிக்கல்களைத் தீர்க்கவும், போர்களில் மக்களை வழிநடத்தும் அவரது திறனைப் பொறுத்தது உயிர்வாழ்தல் வெற்றி என்பதை அவர் புரிந்துகொண்டார். இந்தப் புரிதல்தான் இந்தச் சவால்களைக் கடந்து தனது மக்களை வழிநடத்தக்கூடிய அவர்களின் நல்வாழ்வை உறுதி செய்யக்கூடிய ஒரு தலைவராக மாறுவதற்கான அவரது லட்சியத்தைத் தூண்டியது.

செங்கிஸ்கானின் தலைமைத்துவத்திற்கான விருப்பம் தனிப்பட்ட ஆதாயத்திற்கு அப்பாற்பட்டவை. உள்நாட்டுப் பிளவுகளையும் வெளிப்புற அச்சுறுத்தல்களையும் தாங்கக்கூடிய ஓர் ஒருங்கிணைந்த மங்கோலியத் தேசத்தை உருவாக்க அவர் நினைத்தார். ஒன்றுபட்ட மங்கோலிய மக்கள் அண்டை பேரரசுகள் நாடோடி பழங்குடிகளால் முன்வைக்கப்படும் சவால்களை எதிர்கொள்ளத் தயாராக இருப்பார்கள் என்ற அவரது நம்பிக்கையை அடிப்படையாகக் கொண்டது. ஒரு வலுவான, ஐக்கிய தேசம் என்ற இந்தத் தொலைநோக்குப் பார்வை ஒரு தலைவராக மாறுவதற்கான அவரது உறுதியை உந்தித் தள்ளியது.

செங்கிஸ்கானின் செல்வாக்கு வளர்ந்தபோது, அவரது லட்சியம் அவரது மக்களின் வாழ்க்கை முறையில் மாற்றத்தைக் கொண்டுவருவதற்கான ஒரு பரந்த பணியாகப் பரிணமித்தது. மங்கோலியர்களின் தலைவிதியை வடிவமைக்கவும், தனது வாழ்நாளைத் தாண்டிய பாரம்பரியத்தை உருவாக்கவும் தலைமைத்துவம் ஒரு வாய்ப்பை வழங்குகிறது என்பதை அவர் உணர்ந்தார். தகுதி, மத சகிப்புத்தன்மை, கலாசாரப் பரிமாற்றம் ஆகியவற்றைக் கொண்ட அவரது தலைமைத்துவப் பாணி, பிரகாசமான எதிர்காலத்தை நோக்கித் தனது மக்களை வழிநடத்துவதற்கான அவரது உறுதியைப் பிரதிபலித்தது. செங்கிஸ்கானின் பயணம் மனித வரலாற்றின் போக்கை வடிவமைப்பதில் லட்சியம் தொலைநோக்குப் பார்வையின் சக்திக்குச் சான்றாக நிற்கிறது.

அவரது எண்ணங்களைப் பற்றிய நேரடி நுண்ணறிவுகள் குறைவாக இருந்தாலும், வரலாற்றுப் பின்னணி சான்றுகள் செங்கிஸ்கான் உலகத்திலிருந்து என்ன தேடினார் அவரது தேடல்களுக்குப் பின்னால் உள்ள காரணங்கள் பற்றிய ஒரு பார்வையை வழங்குகின்றன. செங்கிஸ்கானின் லட்சியங்களை உந்தித் தள்ளிய முக்கிய தேவைகளில் ஒன்று அவரது மக்களான மங்கோலியர்களுக்கு ஒற்றுமை ஸ்திரத்தன்மை.

பழங்குடிப் போட்டிகள், பிளவுபட்ட கூட்டணிகள், பல்வேறு நாடோடி பழங்குடிகளிடையே ஒருங்கிணைப்பு இல்லாமை ஆகியவற்றால் உண்டானது.

செங்கிஸ்கான் வெளிப்புற அச்சுறுத்தல்களை எதிர்கொள்வதில் தனது மக்களிடம் இருக்கும் பலவீனத்தைப் புரிந்துகொண்டு, அவர்கள் உயிர்வாழ்வதற்கு ஒற்றுமை அவசியம் என்பதை உணர்ந்தார். உள்நாட்டுப் பிளவுகள், வெளிப்புற ஆக்கிரமிப்புகள் இரண்டையும் தாங்கக்கூடிய ஓர் ஒருங்கிணைந்த மங்கோலியத் தேசத்தை உருவாக்க அவர் முயன்றார், தனது மக்களுக்கு ஒரு நிலையான, பாதுகாப்பான சூழலை வழங்கினார். பரந்த மங்கோலியச் சமூகத்தில் போர்ஜிகின் குலத்தின் மரியாதையை மீட்டெடுக்க அவர் முயன்றார். மரியாதைக்குரிய தலைவராக மாறுவது என்பது அவரது தனிப்பட்ட லட்சியம் மட்டுமல்ல, அது அவரது மக்களின் நிலையை உயர்த்துவதற்கான ஒரு வழியாகும்.

செங்கிஸ்கானின் வெற்றிகள் விரிவடைந்தபோது, அவரது விருப்பங்கள் உலக அரங்கில் அங்கீகாரம் பெறுவதில் விரிவடைந்தன. அவர் ஒரு சட்டப்பூர்வமான சக்திவாய்ந்த ஆட்சியாளராகத் தன்னை அண்டை சாம்ராஜ்யங்கள் அங்கீகரிக்கவேண்டும் என்று விருப்பம் கொண்டார். ராஜதந்திர உறவுகளை நிறுவுவதற்கும், வர்த்தகத்தில் ஈடுபடுவதற்கும், பிற நாடுகளுடன் கூட்டணிகளை உருவாக்குவதற்கும் அவர் மேற்கொண்ட முயற்சிகள் சர்வதேச அங்கீகாரத்திற்கான அவரது விருப்பத்தைப் பிரதிபலித்தன.

மங்கோலியர்கள் மீதான குவாரெஸ்மியப் பேரரசின் ஆக்ரோஷமான நடவடிக்கைகள், அவரது வர்த்தகத் தூதரைத் தூக்கிலிடுவதில் உச்சக்கட்டத்தை அடைந்தது. இது மங்கோலியப் பேரரசை நிறுவுவதற்கு வழிவகுத்த தொடர்ச்சியான படையெடுப்புகளைத் தூண்டியது.

செங்கிஸ்கான் பிரதேசங்கள் பிராந்தியங்களின் மீதான கட்டுப்பாட்டைத் தேடுவது ஸ்திரத்தன்மை ஒழுங்கின் தேவையால் உந்தப்பட்டது. அவரது ஆட்சி அமைதியான, பாதுகாப்பான வர்த்தகப் பாதைகளின் காலகட்டத்தை கொண்டுவர முடியும் என்று அவர் நம்பினார். தனது உடனடி தேவைகளுக்கு அப்பால், வரலாற்றின் போக்கை வடிவமைக்கும் ஒரு நீடித்த பாரம்பரியத்திற்கான தொலைநோக்குப் பார்வையைச் செங்கிஸ்கான் கொண்டிருந்தார். தனது வாழ்நாளைக் கடந்து எதிர்காலச் சந்ததியினரைக் காக்கும்

ஒரு பாரம்பரியத்தை உருவாக்க வேண்டும் என்பதே அவரது லட்சியமாக இருந்தது. அவரது தேடல்கள் அவரது காலத்தின் சவால்கள், அவரது தனிப்பட்ட அனுபவங்கள், அவரது தொலைநோக்கு தலைமை ஆகியவற்றால் இயக்கப்பட்டது.

செங்கிஸ்கானின் ராணுவ சாதனைகள் நன்கு ஆவணப்படுத்தப்பட்ட அளவுக்கு அவரது தனிப்பட்ட நற்பண்புகளும், குணங்களும் கவனிக்கப்படவில்லை. அவரது புதுமையான தலைமைத்துவப் பாணி முதல் கலாசாரப் பரிமாற்றத்திற்கான அவரது அர்ப்பணிப்பு வரை, செங்கிஸ்கான் தொடர்ந்து பாராட்டைப் பெறும் பல பண்புகளை வெளிப்படுத்தினார். செங்கிஸ்கானின் மிகச்சிறந்த பண்பு அவரது தொலைநோக்குப் பார்வை கொண்ட தலைமைத்துவம் ஆகும்.

உடனடி வெற்றிகளுக்கு அப்பால் பரந்து விரிந்த தொலைநோக்குப் பார்வையை அவர் கொண்டிருந்தார். மங்கோலியப் பழங்குடிகளை ஒன்றிணைத்து வெளிப்புற அச்சுறுத்தல்களைத் தாங்கும் திறன் கொண்ட ஓர் ஒருங்கிணைந்த தேசத்தை உருவாக்குவதை அவர் நோக்கமாகக் கொண்டிருந்தார். இந்தத் தொலைநோக்கு அவரது நடவடிக்கைகளை வடிவமைத்தது, ஒன்றுபட்ட மங்கோலிய சாம்ராஜ்ஜியத்தை நிறுவுவதற்கான அவரது உத்திகள் கொள்கைகளை வழிநடத்தியது.

செங்கிஸ்கானின் நிர்வாக மேலாண்மை அவரது ராணுவ நடவடிக்கைகள் நிர்வாகத்தில் தெளிவாகத் தெரிகிறது. அவர் தனது படைகளுக்கு மிகவும் ஒழுங்கமைக்கப்பட்ட தசம முறையைப் பயன்படுத்துதல், விரைவான குதிரைப்படை சூழ்ச்சிகள் போன்ற புதுமையான ராணுவ தந்திரங்களை அறிமுகப்படுத்தினார். மாறிவரும் சூழ்நிலைகளுக்கு ஏற்ப, வழக்கத்திற்கு மாறான உத்திகளைக் கையாளும் அவரது திறன் அவரை போர்க்களத்தில் ஒரு வலிமையான எதிரியாக மாற்றியது. வெற்றியாளர்கள் தாங்கள் கைப்பற்றிய நாடுகளின் கலாசாரங்களை அழிக்க முயன்ற காலத்தில், செங்கிஸ்கான் கலாசாரச் சகிப்புத்தன்மையை வெளிப்படுத்தினார்.

அவர் தனது பேரரசில் உள்ள பல்வேறு இனக்குழுக்களின் பழக்க வழக்கங்களையும் மரபுகளையும் மதித்தார். அவரது ஆட்சியில், மத சுதந்திரமும் பல்வேறு கலாசார நடைமுறைகளும் நிலைநிறுத்தப்பட்டன. பன்முகத்தன்மையின் மூலம் ஒற்றுமையின் சூழலை வளர்த்தன. செங்கிஸ்கான் மனிதர்களின் தனிப்பட்ட தகுதியினை மதித்தார். இது அவரது

அசாதாரணமான பண்பு. தனிநபர்களின் பரம்பரை அல்லது சமூக அந்தஸ்தைவிட அவர்களின் திறன்களின் அடிப்படையில் பதவி உயர்வு பெற வேண்டும் என்று அவர் உறுதியாக நம்பினார். இக்கொள்கை அவரது சாம்ராஜ்ஜியத்திற்குள் திறமை வளர அனுமதித்தது. அதே சமயம் புறக்கணிக்கப்பட்டவர்களின் எழுச்சிக்குப் பங்களித்தது.

செங்கிஸ்கானின் ராஜதந்திரமும் கூட்டணிகளை உருவாக்கும் திறனும் அவரது வெற்றிகளுக்கு இன்றியமையாதவை. அண்டை மாநிலங்கள், பழங்குடிகள், பேரரசுகளுடன் கூட்டணிகளை உருவாக்குவதன் முக்கியத்துவத்தை அவர் உணர்ந்தார். திறமையான பேச்சுவார்த்தைகள், மற்ற இனக்குழுக்களுடனான திருமண ஒப்பந்தங்கள் மூலம், அவர் தனது பேரரசின் ஸ்திரத்தன்மை உறுதிசெய்தார். விரிவாக்கத்திற்குப் பங்களித்த கூட்டாளிகளின் வலையமைப்பை உருவாக்கினார். மாறிவரும் சூழ்நிலைகளுக்கு ஏற்ப தன்னை மாற்றிக்கொள்ளும், சமாளிக்கும் செங்கிஸ்கானின் திறன் அவர் அதிகாரத்திற்கு வருவதற்கு முக்கியப் பங்கு வகித்தது.

செங்கிஸ்கான் சவால்களை உறுதியுடனும், தனது அனுபவங்களிலிருந்து கற்றுக்கொண்டும் வழிநடத்தினார். செங்கிஸ்கானின் பாரம்பரியம் வெற்றிக்கு அப்பாற்பட்டது. இது அவரது பேரரசை வடிவமைத்த, செல்வாக்குச் செலுத்திய முன்னேற்றங்களை உள்ளடக்கியது. அவர் யாசா என்ற ஒருங்கிணைந்த சட்டத்தை நிறுவினார், இது நேர்மையான நிர்வாகத்தை ஊக்குவித்தது. அவரது ஆட்சிக்காலம் பட்டுப்பாதையில் அறிவு, தொழில்நுட்பம் கலாசாரத்தைப் பரிமாறிக்கொள்ள உதவியது. இது யூரேசியா முழுவதும் நாகரிகங்களின் முன்னேற்றத்திற்குப் பங்களித்தது.

செங்கிஸ்கான் தனது ராணுவ வலிமைக்கு அப்பாற்பட்ட பாராட்டத்தக்கக் குணங்களைக் கொண்டிருந்தார். அவரது தொலைநோக்குப் பார்வை, புத்திசாலித்தனம், கலாசாரச் சகிப்புத்தன்மை, திறமைக்கான அர்ப்பணிப்பு, ராஜதந்திரம், தகவமைப்பு, முன்னேற்றத்தின் பாரம்பரியம் ஆகியவை அவரது பாத்திரத்தின் பன்முகத் தன்மையை எடுத்துக்காட்டுகின்றன. செங்கிஸ்கானின் நற்பண்புகள் ஒரு தலைவராக அவரது வெற்றிக்குப் பங்களித்தது மட்டுமல்லாமல், வரலாற்றில் ஒரு மாற்றுசிந்தனை கொண்ட, செல்வாக்குள்ள நபரின் நற்பண்புகளுக்கு எடுத்துக்காட்டாக, உலகில் அழியாத முத்திரையை பதித்தன.

செங்கிஸ்கானின் குறைபாடுகள்

செங்கிஸ்கான், தனது ராணுவ சாதனைகள், தலைமைப் பண்புகளுக்காகக் கொண்டாடப்பட்டாலும், குறைகள் இல்லாமல் இல்லை. எந்தவொரு வரலாற்று நபரையும் போலவே, ஒரு சமநிலையான பார்வை அவரது நேர்மறையான பண்புகள், அவரது குறைபாடுகள் இரண்டையும் வெளிப்படுத்துகிறது. வரலாற்றில் அவரது பங்களிப்புகள் குறிப்பிடத்தக்கவை என்றாலும், அவரது ஆட்சியின் எதிர்மறையான அம்சங்களைக் குறிப்பிடுவது முக்கியம்.

செங்கிஸ்கானின் மீதான முக்கியமான விமர்சனங்களில் ஒன்று, வெற்றிக்காக அவர் முன்னெடுத்த இரக்கமற்ற அணுகுமுறையாகும். அவரது படையெடுப்புகளினால் ஏற்பட்ட வன்முறையும், அழிவும் பெரும் துன்பத்தையும் உயிர் இழப்புகளையும் ஏற்படுத்தியது. கைப்பற்றப்பட்ட நகரங்கள் சூறையாடப்பட்டு அழிக்கப்பட்டன. மக்கள் கொல்லப்பட்டனர், கலாசாரங்கள் சீர்குலைந்தன. அவரது வெற்றிகள் அழிவின் தடத்தை விட்டுச் சென்றன. இவை அவரது பாரம்பரியத்தின் மீது கருநிழலை ஏற்படுத்தியது.

செங்கிஸ்கானின் எதிர்ப்பைக் கையாளும் முறைகள் பெரும்பாலும் கொடூரமானவை. மரணதண்டனைகள், அடிமைப்படுத்தல், மக்களை அடக்கப் பயங்கரவாத முறைகளைப் பயன்படுத்துதல் ஆகியவை கையாளப்பட்டன. இது குறித்த அறிக்கைகள் வரலாற்றுக் குறிப்புகளில் ஆவணப்படுத்தப்பட்டுள்ளன. போராளிகள் மீதும், பொதுமக்கள் மீதும் வன்முறையைத் திணிக்க அவர் தயாராக இருந்தது. ஒரு வெற்றியாளர் என்ற அவரது நற்பெயருக்குக் களங்கத்தை ஏற்படுத்தியது.

செங்கிஸ்கான் கலாசாரச் சகிப்புத்தன்மையை வெளிப்படுத்திய அதேசமயம், அவரது வெற்றிகள் பல கலாசாரங்களின், பாரம்பரியங்களின் அழிவுக்கும் ஒருங்கிணைப்புக்கும் வழிவகுத்தன. நகரங்கள், அவற்றின் கலாசாரக் கலைப்பொருட்களின் அழிவு, பாரம்பரியத்தின் விலைமதிப்பற்ற அம்சங்களை இழந்தது. ஒருங்கிணைப்புக்கு முக்கியத்துவம் கொடுப்பது அவரது தலைமையின் எதிர்மறையான அம்சமாகப் பார்க்கலாம்.

செங்கிஸ்கானின் அதிகார உயர்வு தனிப்பட்ட லட்சியத்தால் உந்தப்பட்டது. இது சில நேரங்களில் மற்றவர்களின் செலவில் வந்தது. அவரது முன்னெடுப்புகள் பெரும்பாலும்

பரந்த நிலப்பரப்பில் அதிகாரத்தையும் கட்டுப்பாட்டையும் ஒருங்கிணைப்பதை மையமாகக் கொண்டிருந்தன. ஆதிக்கத்திற்கான இந்த ஒற்றை மனப்பான்மை ஓர் எதிர்மறையான அம்சமாகப் பார்க்கப்படலாம். ஏனெனில், இது பல்வேறு மக்களை அடிமைப்படுத்துவதற்கும் அவர்களின் உரிமைகளைப் புறக்கணிப்பதற்கும் வழிவகுத்தது.

செங்கிஸ்கான் மங்கோலியப் பழங்குடிகளிடையே ஒற்றுமையை விரும்பினாலும்,அவரது தலைமையில் உள்நாட்டு மோதல்களும், இனக்குழுப் போட்டிகளுக்கும் ஏற்பட்டன. அவரது சொந்தக் குடும்பத்திற்குள் உள்ள கருத்து வேறுபாடுகள், குறிப்பாக அவரது கூட்டாளியான ஜமுகாவுடனான பிளவு, அவரது தலைமையின் சிக்கல்களைப் பேசுகிறது. இந்த உள்நாட்டுப் போராட்டங்கள் அவரது சாம்ராஜ்யத்தின் ஸ்திரத்தன்மையில் விளைவுகளை ஏற்படுத்தின.

செங்கிஸ்கானின் நாடோடி வாழ்க்கை முறையும், பிரச்சாரங்களும் குறிப்பிடத்தக்கச் சுற்றுச்சூழல் தாக்கத்தை ஏற்படுத்தின. பரந்த நிலப்பரப்பில் பெரிய படைகளின், கால்நடைகளின் இயக்கம் காடழிப்பு, மண் சீரழிவு போன்ற சுற்றுச்சூழல் சீரழிவின் பிற வடிவங்களுக்குப் பங்களித்தது. அவரது வெற்றிகள் நிலப்பரப்பில் மாற்றங்களைக் கொண்டு வந்தன. செங்கிஸ்கானின் சாதனைகளும், தலைமைப் பண்புகளும் அங்கீகரிக்கப்பட்டாலும், அவரது ஆட்சியின் எதிர்மறையான அம்சங்களைக் கருத்தில் கொள்வது அவசியம்.

அவரது ஈவிரக்கமற்ற வெற்றிகள், காட்டுமிராண்டித்தனம், கலாசாரப் பாரம்பரியத்தின் அழிவு, தனிப்பட்ட லட்சியம், குலப் போட்டிகள், சுற்றுச்சூழல் தாக்கம் ஆகியவை அவரது பாரம்பரியத்தின் குறிப்பிடத்தக்கக் குறைபாடுகளைக் காட்டுகின்றன. அவரது நேர்மறையான பங்களிப்புகள், அவரது குறைபாடுகள் இரண்டையும் பார்ப்பதன் மூலம், செங்கிஸ்கான் ஒரு வரலாற்று நபராகவும், உலகில் அவரது தாக்கம் குறித்தும் இன்னும் விரிவான புரிதலைப் பெறுகிறோம்.

3. செங்கிஸ்கானின் அரசியல் வாழ்க்கை

நாடு கடத்தப்பட்ட இளைஞனிலிருந்து வரலாற்றின் மிக முக்கியமான பேரரசுகளில் ஒன்றின் ஆட்சியாளராக அவரது அரசியல் பயணம் தொலைநோக்குப் பார்வை கொண்ட, தலைமை ஒரு பரந்த, நீடித்த சாம்ராஜ்யத்தை உருவாக்கும் திறனுக்குச் சான்றாகும். அவரது ஆட்சி வரலாற்றின் போக்கை வடிவமைத்த தொடர்ச்சியான அரசியல் முடிவுகள், கூட்டணிகள் மற்றும் சீர்திருத்தங்களால் நிரம்பி உள்ளது.

செங்கிஸ்கானின் ஆரம்பக்கால அரசியல் முயற்சிகள் சிதறியிருந்த மங்கோலியப் பழங்குடியினரை ஒரே தலைமையின் கீழ் ஒன்றிணைப்பதில் கவனம் செலுத்தின. மங்கோலியப் புல்வெளிகள் பழங்குடிப் போட்டிகளாலும் பிளவுகளாலும் வகைப்படுத்தப்பட்டன. ஆனால், செங்கிஸ்கான் தனது மக்களைப் பாதுகாக்கவும் தனது லட்சியங்களை அடையவும் ஒற்றுமையின் அவசியத்தை உணர்ந்தார். ராஜதந்திரம், திருமணக் கூட்டணிகள், ராணுவ வலிமை ஆகியவற்றின் மூலம், பழங்குடிகளை ஒரு ஒருங்கிணைந்த சக்தியாக ஒன்றிணைக்க அவரால் முடிந்தது.

செங்கிஸ்கானின் முக்கிய அரசியல் சாதனைகளில் ஒன்று ஒரு வலுவான மத்திய அதிகாரத்தை நிறுவியதாகும். அவர் ஒரு படிநிலை நிர்வாக முறையை அறிமுகப்படுத்தினார். இது பரந்த பிரதேசங்களின் மீது கட்டுப்பாட்டைச் செலுத்த அனுமதித்தது. அவர் தனது பேரரசை வெவ்வேறு பகுதிகளாகப் பிரித்து, அந்தப் பகுதிகளை நிர்வகிக்க நம்பகமான அதிகாரிகளை நியமித்தார். இந்த அமைப்பு திறமையான நிர்வாகத்தை எளிதாக்கியது மட்டுமல்லாமல், தொலைதூரப் பிராந்தியங்களில் கூட ஒரு கட்டுப்பாட்டைப் பராமரிக்க அவருக்கு உதவியது.

செங்கிஸ்கானின் அரசியல் தத்துவம் தகுதிக்கான, சம வாய்ப்புக்கான அர்ப்பணிப்பு ஆகியவற்றால் வகைப்படுத்தப்பட்டது. தனது சாம்ராஜ்யத்தின் ஸ்திரத்தன்மைக்கும் வளர்ச்சிக்கும் திறமையை, திறனை அடிப்படையாகக் கொண்ட தலைமைத்துவம் முக்கியமானது என்பதை அவர் நம்பினார். இதன் விளைவாக, அவர் தனிநபர்களை, அவர்களின் பரம்பரையைவிட அவர்களின் திறமையின் அடிப்படையில் அதிகாரப் பதவிகளுக்கு நியமித்தார். இக்கொள்கை அவரது சாம்ராஜ்ஜியத்திற்குள் பல்வேறு இனப் பின்னணிகளிலிருந்து திறமையான தலைவர்களின் எழுச்சிக்கு வழிவகுத்தது.

செங்கிஸ்கானின் அரசியல் அணுகுமுறை கலாசாரச் சகிப்புத்தன்மை, மத சுதந்திரத்தை உள்ளடக்கியது, இது அவரை அவரது சமகாலத்தவர்களிடமிருந்து வேறுபடுத்தியது. அவர் தனது குடிமக்களைத் தங்கள் சொந்த மதங்களைப் பின்பற்றவும், அவர்களின் கலாசார நடைமுறைகளைப் பராமரிக்கவும் அனுமதித்தார். இது பன்முகத்தன்மை கொண்ட ஒற்றுமையானச் சூழலை வளர்த்தது. இந்த அணுகுமுறை அவரது சாம்ராஜ்ஜியத்திற்குள் உள்ள பல்வேறு குழுக்களிடமிருந்து விசுவாசத்தைப் பெற்றது மட்டுமல்லாமல், அமைதியான வாழ்வுக்கும் வழிவகுத்தது.

செங்கிஸ்கானின் அரசியல் முன்னெடுப்புகள் ராணுவ வெற்றிகளைத் தாண்டி விரிவடைந்தது. தனது பேரரசின் எல்லைகளைப் பாதுகாப்பதற்கும் ஸ்திரத்தன்மையை வளர்ப்பதற்கும் அரசியல் ராஜதந்திரக் கூட்டணிகளின் முக்கியத்துவத்தை அவர் உணர்ந்தார். அண்டை நாடுகளுக்கும் பேரரசுகளுக்கும் தூதர்களை அனுப்பி, வர்த்தகத்தில் ஈடுபட்டு, அரசியல் உறவுகளை ஏற்படுத்தினார். கூட்டணிகளை உருவாக்குவதற்கான அவரது முயற்சிகள் அவரது பேரரசின் நீண்ட ஆயுளுக்குப் பங்களித்த கூட்டணிகளின் வலையமைப்பை உருவாக்க உதவியது.

செங்கிஸ்கானின் பேரரசு கலாசாரப் பரிமாற்றத்தாலும் கண்டுபிடிப்புகளாலும் குறிக்கப்பட்டது. பட்டுப்பாதையில் கருத்துகள், தொழில்நுட்பங்கள், பொருட்களின் பரிமாற்றத்தை ஊக்குவித்து, பல்வேறு துறைகளின் முன்னேற்றங்களுக்கு வழிவகுத்தார். இந்தக் கலாசாரப் பரிமாற்றம் அவரது பேரரசின் செழுமைக்குப் பங்களித்து, வர்த்தகப் பாதைகளால் இணைக்கப்பட்ட நாகரிகங்களில் நீடித்த தாக்கத்தை ஏற்படுத்தியது.

செங்கிஸ்கானின் அரசியல் வாழ்க்கை மங்கோலியப் பழங்குடிகளை ஒன்றிணைக்கவும், ஒரு வலுவான மைய அதிகாரத்தை நிறுவவும், தகுதியை ஊக்குவிக்கவும், கலாசாரச் சகிப்புத்தன்மையை உறுதிப்படுத்தவும், ராஜதந்திரத்தில் ஈடுபடவும், கலாசாரப் பரிமாற்றத்தை வளர்க்கவுமான அவரது திறனால் கட்டப்பட்டது. அவரது தொலைநோக்குப் பார்வை கொண்ட தலைமைத்துவம், நடைமுறை ரீதியான முடிவுகளை எடுப்பதோடு இணைந்து, நாடு கடத்தப்பட்ட இளைஞனாக இருந்து வரலாற்றின் மிகவும் செல்வாக்குமிக்க பேரரசுகளில் ஒன்றின் தலைவனாக அவரை மாற்றியது.

செங்கிஸ்கானின் கொள்கைகள் அவரது காலத்தின் சூழ்நிலைகள் அவரது ஆட்சியின் கீழ் உள்ள மாறுபட்ட மக்கள்தொகைக்கு ஏற்ப வடிவமைக்கப்பட்டிருந்தாலும், அவற்றில் சில ஒரு குறிப்பிட்ட நாடு அல்லது சகாப்தத்திற்கு அப்பால் எதிரொலிக்கக் கூடிய பரந்த பயன்பாட்டைக் கொண்டுள்ளன. மங்கோலியப் பழங்குடிகளிடையே ஒற்றுமையைப் பின்பற்றுவதே செங்கிஸ்கானின் முதன்மையான கொள்கையாகும். பிளவுபட்ட மக்கள் வெளிப்புற அச்சுறுத்தல்களுக்கும் உள் மோதல்களுக்கும் ஆளாக நேரிடும் என்பதை அவர் உணர்ந்தார்.

இக்கொள்கை ஒரு பொதுவான அடையாளத்தை உருவாக்குவதன் முக்கியத்துவத்தையும், ஒத்துழைப்பை வளர்ப்பதன் முக்கியத்துவத்தையும், நன்மைக்காக வேறுபாடுகளைக் கடப்பதன் முக்கியத்துவத்தையும் வலியுறுத்துகிறது. உள் பிளவுகளைக் களைந்து ஒற்றுமை உணர்வை உருவாக்குவதை நோக்கமாக கொண்ட எந்தவொரு நாட்டிற்கும் இந்தக் கொள்கை பொருந்தும்.

செங்கிஸ்கான் திறமைக்கு அளித்த முக்கியத்துவம் திறமையான நிர்வாகத்திற்கு அடித்தளமிட்டது. தலைவர்களை அவர்களின் பரம்பரையைவிட அவர்களின் திறன்களின் அடிப்படையில் நியமிக்கும் அவரது கொள்கை தலைமைப் பொறுப்புகளில் செயல்திறனை ஊக்குவித்தது. இக்கொள்கை எல்லைகளைக் கடந்து, தனது மக்களின் திறமைகளைச் சமூகத்தின் முன்னேற்றத்திற்காகப் பயன்படுத்த விரும்பும் எந்தவொரு நாட்டிற்கும் பொருந்தும்.

செங்கிஸ்கானின் கலாசாரச் சகிப்புத்தன்மையும், மதச் சுதந்திரக் கொள்கையும் சமூகத்திற்குள் நல்லிணக்கத்தை ஊக்குவித்தது. வெவ்வேறு கலாசார நடைமுறைகளை, மத

பன்முகத்தன்மையை மதித்தது. புரிந்துணர்வை வளர்ப்பதையும், மோதல்களைக் குறைப்பதையும், குடிமக்கள் அனைவரையும் உள்ளடக்கியச் சூழலை உருவாக்குவதையும் நோக்கமாகக் கொண்டிருந்தது.

ராஜதந்திரம் கூட்டமைப்புக்குக் கொள்கை உலகளாவிய அளவில் ஒத்துழைப்பின் முக்கியத்துவத்தை அடிக்கோடிட்டுக் காட்டுகிறது. வர்த்தக வலைப்பின்னல்களை நிறுவுதல், ராஜதந்திரத்தில் ஈடுபடுதல், கூட்டணிகளை உருவாக்குதல் ஆகியவற்றில் செங்கிஸ்கானின் அணுகுமுறை நாடுகளிடையே பரஸ்பரத் தொடர்பின், ஒத்துழைப்பின் முக்கியத்துவத்தைக் காட்டுகிறது. சர்வதேச உறவுகளை வலுப்படுத்தவும், பொருளாதார வளர்ச்சியை ஊக்குவிக்கவும் விரும்பும் எந்தவொரு நாட்டிற்கும் இந்தக் கொள்கை பொருந்தும்.

செங்கிஸ்கானின் தலைமைத்துவம் புதுமையால் வகைப்படுத்தப்பட்டது. பல்வேறு கலாசாரங்களிலிருந்து கற்றுக் கொள்வதற்கும் புதிய தொழில்நுட்பங்களை இணைப்பதற்கும் அவர் விரும்பியது அவரது பேரரசின் வெற்றிக்குப் பங்களித்தது.

புதிய சிந்தனைகள், தொழில்நுட்பங்கள், மாற்றுச் சிந்தனை முறைகளைத் தழுவுவதன் மூலம் வேகமாக மாறிவரும் உலகில் பொருத்தமாக இருக்க விரும்பும் எந்தவொரு நாட்டிற்கும் இந்தக் கொள்கை உதவும்.

விவரக்குறிப்புகள் மாறுபடலாம் என்றாலும், ஒரு நேர்மறையான பாரம்பரியத்தை உருவாக்கவும் மனிதக்குலத்தின் முன்னேற்றத்திற்குப் பங்களிக்கவும் விரும்பும் எந்தவொரு நாட்டிற்கும் இந்தக் கொள்கைகள் மதிப்பை அளிக்கும். செங்கிஸ்கானின் கொள்கைகள் அவரது காலத்தின் சூழலுக்கு ஏற்ப வடிவமைக்கப்பட்டிருந்தாலும், அவற்றில் பல உலகளாவிய முக்கியத்துவத்தைக் கொண்டுள்ளன. அவை ஒரு நாட்டிற்கு அப்பால் பயன்படுத்தப்படலாம். ஒற்றுமை, தகுதி, கலாசாரச் சகிப்புத்தன்மை, ராஜதந்திரம், தகவமைப்பு, தொலைநோக்கு பாரம்பரியம் குறித்த அவரது முக்கியத்துவம் ஓர் இணக்கமான, வளமான, அனைவரையும் உள்ளடக்கியச் சமூகத்தை உருவாக்க முயற்சிக்கும் தலைவர்களுக்கும், நாடுகளுக்கும் மதிப்புமிக்க தகவல்களை வழங்குகிறது. செங்கிஸ்கானின் கொள்கைகள் புவியியல், தற்காலிக எல்லைகளைக் கடந்து பயனுள்ள தலைமைக்கான கட்டமைப்பை வழங்குகின்றன.

செங்கிஸ்கான், தனது பரந்த சாம்ராஜ்யத்தின் விரிவாக்கம் ஒருங்கிணைப்பில் முக்கியப் பங்கு வகித்த பல புதிய

முன்முயற்சிகளை அறிமுகப்படுத்தியதற்காக அறியப்பட்டார். நிர்வாகம், ராணுவ மேலாண்மை, கலாசாரப் பரிமாற்றம், ஆட்சி நிர்வாகம் ஆகியவற்றை உள்ளடக்கிய இந்த முன்முயற்சிகள், திட்டமிடல், தகவமைப்பு, தொலைநோக்குக் கொண்ட தலைமை ஆகியவற்றின் கலவையின் மூலம் செயல்படுத்தப்பட்டன.

செங்கிஸ்கான் ஒரு புரட்சிகரமான ராணுவ கட்டமைப்பை அறிமுகப்படுத்தினார், இது விரைவான, திறமையான தகவல்தொடர்பு, ஒருங்கிணைப்பு, இயக்கம் ஆகியவற்றை கொண்டிருந்தது. அவர் தனது படைகளை ஆயிரக்கணக்கான வீரர்களைக் கொண்ட குழுக்களாகப் பிரித்துச் செயல்படும் முறையை முன்னெடுத்தார். இந்த அமைப்பு விரைவான முடிவு எடுப்பதற்கும், போர்க்களத்தில் நெகிழ்வுத்தன்மைக்கும், பலமுனை போரில் ஈடுபடும் திறனுக்கும் உதவியது. ஒவ்வொரு பிரிவும் தன்னிறைவு பெற்றது. அதன் சொந்த பொருட்களையும், தளவாடங்களையும், கருவிகளைச் சுமந்து சென்றது. மங்கோலிய ராணுவங்கள் பாரம்பரிய விநியோகப் பாதைகளுடன் பிணைக்கப்படாமல் பரந்த தூரங்களுக்குப் பயணம் செய்ய உதவியது.

செங்கிஸ்கான் ராஜதந்திரத்தின் சக்தியையும் தனது பேரரசின் ஸ்திரத்தன்மையைப் பராமரிக்கக் கூட்டணிகளைப் பாதுகாப்பதன் முக்கியத்துவத்தையும் உணர்ந்தார். அவர் மத சகிப்புத்தன்மைக் கொள்கையைச் செயல்படுத்தினார். தனது குடிமக்கள் தலையீடு இல்லாமல் தங்கள் சொந்த நம்பிக்கைகளைப் பின்பற்ற அனுமதித்தார். இது பல்வேறு மக்களிடமிருந்து ஆதரவைப் பெற்றது மட்டுமல்லாமல், பல்வேறு மாநிலங்கள் பேரரசுகளுடனான உறவுகளை எளிதாக்கியது.

செங்கிஸ்கான் பட்டுப்பாதையில் கலாசாரப் பரிமாற்றத்தையும் அறிவைப் பரப்புவதையும் ஊக்குவித்தார். கருத்துகள், தொழில்நுட்பங்கள், பொருட்களைப் பகிர்வது தனது சாம்ராஜ்யத்தின் செழுமைக்குப் பங்களிக்கும் என்பதை அவர் நம்பினார். இந்த முன்முயற்சி பாதுகாப்பான வர்த்தகப் பாதைகளை நிறுவுவதன் மூலம் செயல்படுத்தப்பட்டது. இது அவரது ஆளுகை முழுவதும் பொருட்களின், வர்த்தகத்தின் ஓட்டத்தை எளிதாக்கியது. கலாசாரப் பரிமாற்றத்திற்கான செங்கிஸ்கானின் அர்ப்பணிப்பு அவரது முன்னோக்கிய சிந்தனை அணுகுமுறையையும், ஒருவருக்கொருவர்

இணைப்பின் மூலம் பெறும் நன்மைகளைப் பற்றிய அவரது புரிதலையும் நிரூபித்தது.

மங்கோலியப் பேரரசில் வாழ்க்கையின் பல்வேறு அம்சங்களை நிர்வகிக்கும் விரிவான சட்டக் குறியீடான யாசா, சொத்துரிமைகள், பரம்பரை, வர்த்தகம் ஆகியவற்றுகான விதிகளை நிறுவியது. முறைப்படுத்தப்பட்ட சட்டத்தை செயல்படுத்துவதன் மூலம், செங்கிஸ்கான் ஓர் ஒழுங்கு உணர்வை உருவாக்குவதையும், நிர்வாகத்தில் நியாயத்தை உறுதி செய்வதையும், தனது ஆட்சியின் கீழ்ப் பல்வேறு பிராந்தியங்களில் நிர்வாகத்தை நெறிப்படுத்துவதையும் நோக்கமாகக் கொண்டிருந்தார். இந்த முன்முயற்சி அவரது சாம்ராஜ்ஜியத்திற்குள் திறமையான நிர்வாகத்தையும், சீரான தன்மைக்கான அவரது உறுதிப்பாட்டை வெளிப்படுத்தியது.

செங்கிஸ்கானின் தகுதிக் கொள்கை என்பது பரம்பரையை மட்டுமே அடிப்படையாகக் கொண்ட பாரம்பரியத் தலைமைத்துவ நெறிமுறைகளுக்குச் சவால் விடும் ஒரு புதுமையான முன்முயற்சியாகும். அவர் தனிநபர்களைத் திறன்களின் அடிப்படையில் ஊக்குவித்தார். சமூகப் பின்னணியைப் பொருட்படுத்தாமல் திறமைகள் உயர அனுமதித்தார். இந்த முன்முயற்சி தனிநபர்களின் திறன்களைக் கவனமாகக் கவனித்து மதிப்பீடு செய்வதன் மூலம் செயல்படுத்தப்பட்டது. இது அவரது பேரரசிற்குள் திறமையான தலைவர்களை, நிர்வாகிகளை வளர்ப்பதற்குப் பங்களித்தது. செங்கிஸ்கானின் முன்முயற்சிகள் ஒரு தலைவராகவும் பேரரசைக் கட்டியெழுப்புபவராகவும் அவரது வெற்றிக்கு உதவியது. அவரது ஒழுங்கமைக்கப்பட்ட ராணுவ அமைப்பு, மத சகிப்புத்தன்மை, கலாசாரப் பரிமாற்றம், சட்ட விதிகள், தகுதியை ஊக்குவித்தல் ஆகியவற்றின் மூலம், அவர் தனது பேரரசின் தேவைகள், ஆட்சியின் சிக்கல்கள் குறித்த ஆழ்ந்த புரிதலை வெளிப்படுத்தினார். இந்த முன்முயற்சிகள் அவரது மேலாண்மைத் திறன், அவரது தொலைநோக்குத் தலைமைத்துவத்தை வெளிப்படுத்தி வரலாற்றின் போக்கில் அழியாத முத்திரையை விட்டுச்சென்றது.

4. செங்கிஸ்கானைச் சுற்றியுள்ள சர்ச்சைகள்

செங்கிஸ்கான், தனது சாதனைகளுக்கும், தலைமைப் பண்புகளுக்கும் கொண்டாடப்பட்டாலும், அவரது காலத்தில் பல்வேறு தரப்பினரிடமிருந்து எதிர்ப்பையும் பெற்றார். செங்கிஸ்கானுக்கு எதிரான அச்சத்திற்கும், எதிர்ப்பிற்குமான காரணங்கள் அவரது வெற்றிகளின் அளவு, அவரது படையெடுப்புகளில் பயன்படுத்தப்பட்ட முறைகள் போன்ற பல காரணங்களால் உருவானது.

செங்கிஸ்கானுக்கு எதிரான எதிர்ப்பிற்கான முதன்மை காரணங்களில் ஒன்று அவரது இடைவிடாத பிராந்திய விரிவாக்கமும், ராணுவ நடவடிக்கைகளும் ஆகும். ஆசியாவிலும், ஐரோப்பாவின் பரந்த பிராந்தியங்களிலும் பரவியிருந்த அவரது வெற்றிகளின் அளவு, அண்டை நாடுகளிடையேயும், பேரரசுகளிடையேயும் கவலைகளைத் தூண்டியது. பிரதேசங்கள் வழியாக அவர் முன்னேறிய வேகமும் இரக்கமற்ற தன்மையும் எச்சரிக்கைகளை எழுப்பியது.

செங்கிஸ்கானின் ராணுவப் படையெடுப்புகள் நகரங்களை, உள்கட்டமைப்பை அழித்தன. பயங்கரவாதத்தைப் பயன்படுத்துதல், ஒட்டுமொத்த மக்களையும் அழித்தல் அவரது போர் அணுகுமுறை ஆகியவை அச்சத்தின் சூழலை உருவாக்கியது. அவரது பிரச்சாரங்களால் ஏற்பட்ட அழிவு பாதிக்கப்பட்ட பகுதிகளில் பெரும் தாக்கத்தை ஏற்படுத்தியது, இது பின்விளைவுகளை நேரில் பார்த்தவர்களிடமிருந்து எதிர்ப்புக்கு வழிவகுத்தது.

செங்கிஸ்கானின் படையெடுப்புகளால் கைப்பற்றப்பட்ட பிரதேசங்களின் கலாசாரப் பாரம்பரியம் குறிப்பிடத்தக்க இழப்புகளைச் சந்தித்தது. பல வரலாற்றுக் குறிப்புகள் மதிப்புமிக்க கலாசாரக் கலைப்பொருட்கள், நூலகங்கள் நகரங்களின் கலாசார அடையாளங்கள் அழிக்கப்பட்டது. கலாசாரப் பாரம்பரியத்தின் இந்த இழப்பு அவரது வெற்றிகளால் தங்கள் வரலாற்று அடையாளத்தை இழந்தவர்களிடமிருந்து எதிர்ப்பை உருவாக்கியது.

செங்கிஸ்கானின் படையெடுப்புகளுக்கான மனிதச் செலவு அளப்பரியது. அவரது படையெடுப்புகள் போராளிகள், பொதுமக்கள் என எண்ணற்ற உயிர்களை இழந்தன. அவரது ராணுவ முன்னெடுப்புகளால் ஏற்பட்ட துன்பமும் மரணமும் பல்வேறு தரப்பிலிருந்தும் கண்டனத்திற்கு வழிவகுத்தது. அவரது வெற்றிகளுடன் தொடர்புடைய மிருகத்தனமும், வன்முறையின் அளவும் அவரது ஆட்சியைப் பற்றிய எதிர்மறையான கண்ணோட்டத்திற்குப் பங்களித்தது. செங்கிஸ்கானின் பேரரசு விரிவடைந்தபோது, அவர் தவிர்க்க முடியாமல் குவாரெஸ்மி போன்ற பேரரசுகளுடன் மோதினார்.

இந்தப் பேரரசுகள் அவரை தங்கள் சொந்த ஆதிக்கத்தையும் பிரதேசங்களையும் அச்சுறுத்தும், சீர்குலைக்கும் சக்தியாகப் பார்த்தன. செங்கிஸ்கானுக்கு எதிரான எதிர்ப்பு, இந்த மாநிலங்கள் தங்கள் நலன்களைப் பாதுகாப்பதற்கும் தங்கள் அதிகாரத்தைப் பாதுகாப்பதற்கும் மேற்கொண்ட முயற்சிகளால் தூண்டப்பட்டது. அவரது பேரரசின் ஆட்சியின் கீழ் பல்வேறு குழுக்கள் உள்வாங்கப்பட்டது பதற்றங்களுக்கு வழிவகுத்தது. ஏனெனில், பல்வேறு குழுக்கள் தங்கள் சுயாட்சியையும், அடையாளத்தையும் இழக்க நேரிட்டது.

செங்கிஸ்கானுக்கு எதிரான எதிர்ப்பு அவரது பிராந்திய விருப்பங்கள், ராணுவப் படையெடுப்புகள், அவரது வெற்றிகளால் ஏற்பட்ட பேரழிவு, கலாசார பாரம்பரிய இழப்பு, மனிதத் துன்பங்கள், நிறுவப்பட்ட சக்திகளின் எதிர்ப்பு அவரது மாறுபட்ட பேரரசுக்குள் கலாசார மோதல்கள் உள்ளிட்டவைகளின் கலவையிலிருந்து உருவானது. அவர் ஒரு நீடித்த பாரம்பரியத்தைவிட்டுச் சென்றாலும், அவரது ஆட்சி முறைகளும், அதன் விளைவுகளும் அவரது காலத்தில் விமர்சனங்களையும் எதிர்ப்பையும் தூண்டின. இந்தச் சிக்கலான இயக்கவியலைப் புரிந்துகொள்வது செங்கிஸ்கானின் தாக்கத்தையும், அவர் வெளிப்படுத்திய உணர்வுகளின் வரம்பைக் குறித்த விரிவான பார்வையையும் வழங்குகிறது.

செங்கிஸ்கான், வரலாற்றில் மாற்றமேற்படுத்திய நபராக இருந்தபோதிலும், குற்றங்களைச் செய்ததாகவும், பெரும் துன்பத்தையும் பேரழிவையும் ஏற்படுத்திய செயல்களில் ஈடுபட்டதாகவும் குற்றச்சாட்டுகளை எதிர்கொண்டார். வரலாற்றுக் குறிப்புகளும் முன்னோக்குகளும் வேறுபடுகின்றன என்றாலும், அவரது ஆட்சியின் பல அம்சங்கள் சாத்தியமான குற்றங்கள் அல்லது மனித உரிமை மீறல்கள் என்று விமர்சிக்கப்பட்டுள்ளன.

செங்கிஸ்கானின் ராணுவ நடவடிக்கைகள் பரவலான படுகொலைகளுக்கும், உயிர் இழப்புகளுக்கும் வித்திட்டன. அவரது படைகள் கைப்பற்றப்பட்ட நகரங்களில் உள்ள மக்களைப் படுகொலை செய்வது போன்ற கொடூரமான தந்திரங்களைப் பயன்படுத்தின. அவரது பிரச்சாரங்களால் ஏற்பட்ட வன்முறையின் அளவும், உயிரிழப்புகளின் எண்ணிக்கையும் மனிதக்குலத்திற்கு எதிரான குற்றங்களாகப் பலரால் கருதப்படுகின்றன.

செங்கிஸ்கானின் ஆட்சியின் சர்ச்சைக்குரிய அம்சங்களில் ஒன்று நகரங்களையும், கலாசாரப் பாரம்பரியத்தையும் அழித்தது. மேலும் வரலாற்றுக் குறிப்புகள், நூலகங்கள், மதிப்புமிக்க கலாசாரக் கலைப்பொருட்களின் அழிவு ஆகியவை மனித வரலாற்றையும் அறிவையும் பாதுகாப்பதற்கு எதிரான குற்றமாகப் பார்க்கப்படுகிறது. செங்கிஸ்கானின் படைகள் மக்களை அடக்குவதற்கான வழிமுறையாகப் பயங்கரவாதத் தந்திரங்களைப் பயன்படுத்தினர். ஈவிரக்கமற்ற வன்முறை, அழித்தொழிப்பு, அச்சுறுத்தல் ஆகியவை எதிரிகளைப் பலவீனப்படுத்த பயன்படுத்தப்பட்டன. அவரது க்ாலத்தில் இத்தகைய தந்திரங்கள் அசாதாரணமானவை அல்ல என்றாலும், அவை நெறிமுறை விதிமுறைகள் மனித உரிமை மீறல்களாகப் பார்க்கப்படுகின்றன.

செங்கிஸ்கானின் ஆட்சியின் கீழ்க் கைப்பற்றப்பட்ட மக்கள் பெரும்பாலும் அடிமைப்படுத்தலுக்கும் கட்டாய உழைப்பிற்கும் உட்படுத்தப்பட்டனர். இந்த நடைமுறைகள் மங்கோலியப் பேரரசுக்குப் பொருளாதார ரீதியாகவும் பொருளியல் ரீதியாகவும் பயனளிக்கும் நோக்கத்தைக் கொண்டிருந்தன. அடிமைப்படுத்துதல், கட்டாய உழைப்பு ஆகியவை கண்ணியத்திற்கு, சுதந்திரத்திற்கு எதிரான குற்றங்களாகக் கருதப்படுகின்றன.

செங்கிஸ்கானின் பேரரசு கலாசார ஒருங்கிணைப்புக் கொள்கையைப் பின்பற்றியது. இது பெரும்பாலும்

உள்ளூர்க் கலாசாரங்களை அடக்கி மங்கோலியப் பழக்கவழக்கங்களையும், நடைமுறைகளையும் திணிப்பதை உள்ளடக்கியது. படையெடுப்புகளில் ஓரளவு கலாசாரப் பரிமாற்றமும், ஒருங்கிணைப்பும் இயல்பானது என்றாலும், ஒரே கலாசாரத்தை கட்டாயமாகத் திணிப்பது உரிமைகளை மீறுவதாகக் காணலாம்.

செங்கிஸ்கானின் ஆட்சியில் மந்தைகளின் இயக்கம் சுற்றுச்சூழலில் குறிப்பிடத்தக்கத் தாக்கத்தை ஏற்படுத்தியது. இது காடழிப்பு, மண் சீரழிவு, பிற வகையான சுற்றுச்சூழல் சீரழிவுக்குப் பங்களித்தது. இது ஒரு குற்றத்தின் பாரம்பரிய வரையறைக்குப் பொருந்தாது என்றாலும், இது சுற்றுச்சூழல் சமநிலைத்தன்மையை புறக்கணித்தது. அதே சமயம் செங்கிஸ்கானின் நடவடிக்கைகள் அவரது காலத்தின் பின்னணியில் மதிப்பிடப்பட வேண்டும். அங்கு நடத்தையும், ஒழுக்கத்தின் தன்மையும் இன்றையவற்றிலிருந்து வேறுபட்டவை. அவரது சாதனைகள் ஏற்றுக் கொள்ளப்பட்டாலும், அவரது நடவடிக்கைகள் குறித்த சாத்தியமான குற்றங்களைச் சுற்றியுள்ள விமர்சனங்களை புறக்கணிக்க முடியாது.

செங்கிஸ்கானின் ஆட்சி, வெகுஜனக் கொலைகள், கலாசாரப் பாரம்பரியத்தை அழித்தல், பயங்கரவாதத்தைப் பயன்படுத்துதல், அடிமைப்படுத்துதல், கட்டாய உழைப்பு, கலாசார ஒருங்கிணைப்பு உள்ளிட்ட மனிதக்குலத்திற்கு எதிரான சாத்தியமான குற்றங்களுக்காக விமர்சிக்கப்பட்டது. அவரது பாரம்பரியத்தைப் பற்றிய ஒரு விரிவான மதிப்பீட்டிற்கு வரலாற்றுப் பின்னணி நவீன நெறிமுறை கண்ணோட்டத்தில் நடவடிக்கைகளை மதிப்பிடுவதில் உள்ள சிக்கல்களைப் பற்றிய நுணுக்கமான புரிதல் தேவைப்படுகிறது.

செங்கிஸ்கான் ஆட்சிக்கு வந்ததும், மங்கோலியப் பேரரசை நிறுவியதும் அவரது முயற்சிகளால் மட்டும் அடையப்படவில்லை. அவரது வெற்றியில் முக்கியப் பங்கு வகித்த ஆதரவாளர்களின் வலையமைப்பைக் கொண்டிருந்தார். இந்த ஆதரவாளர்கள் தனிப்பட்ட ஆதாயம், அவரது ஈர்க்கும் தலைமைப் பண்பு, விசுவாசம் எனப் பல்வேறு காரணங்களுக்காகச் செங்கிஸ்கானுக்கு ஆதரவளித்தனர். செங்கிஸ்கானின் ஆரம்பக்கால ஆதரவாளர்கள் அவர் ஒன்றிணைக்க விரும்பிய மங்கோலியப் பழங்குடிகள், குலங்கள். ஒன்றுபட்ட மங்கோலியத் தேசம் குறித்த அவரது பார்வை ஸ்திரத்தன்மை, பாதுகாப்பு என அடையாள உணர்விற்காக ஏங்கியவர்களிடையே எதிரொலித்தது.

வெளிப்புற அச்சுறுத்தல்களுக்கு எதிராக ஓர் ஐக்கிய முன்னணியின் சாத்தியமான நன்மைகளைப் பலர் அங்கீகரித்தனர். இதனால், அவர்கள் அவரது தலைமையின் பின்னால் அணிதிரளத் தயாராக இருந்தனர். ஒரு போர்வீரராகவும் ராணுவ மேலாண்மைவாதியாகவும் செங்கிஸ்கானின் திறமை போர்வீரர்களிடையே, மேட்டுக்குடியினரிடையே விசுவாசமான தொடர்பை ஏற்படுத்தியது. போர்க்களத்தில் வழிநடத்தும் அவரது திறனும், அவரது புதுமையான ராணுவ தந்திரங்களும் அவரது சக வீரர்களிடமிருந்து பாராட்டையும் விசுவாசத்தையும் பெற்றன. வெற்றிக்கு இட்டுச் செல்லக்கூடிய, கௌரவத்திற்கான, செல்வத்திற்கான வாய்ப்புகளை வழங்கக்கூடிய ஒரு தலைவரை அவரிடம் கண்டனர்.

செங்கிஸ்கானின் ஒற்றுமைக்கான அழைப்பு அவர்களின் பழங்குடிகள் அல்லது குலங்களால் ஓரங்கட்டப்பட்டவர்கள், நாடு கடத்தப்பட்டவர்களிடையே எதிரொலித்தது. தற்போதுள்ள அதிகாரக் கட்டமைப்புகளால் ஓரங்கட்டப்பட்டதாக உணர்ந்த மக்கள், ஒரு புதிய தொடக்கத்திற்கான வாய்ப்பையும், சமூகத்தில் தங்கள் கண்ணியத்தையும் அந்தஸ்தையும் மீண்டும் பெறுவதற்கான வாய்ப்பையும் அவரிடம் கண்டனர். செங்கிஸ்கானின் பரந்த, சக்திவாய்ந்த சாம்ராஜ்ஜியத்தை உருவாக்கும் மகத்தான பார்வை அவரது லட்சியத்தைப் பகிர்ந்து கொண்டவர்களைக் கவர்ந்தது. உலக அரங்கில் ஒரு வலிமையான சக்தியாக நிற்கக் கூடிய ஒன்றுபட்ட மங்கோலியத் தேசம் குறித்த அவரது கனவு தங்களைவிடப் பெரிய ஒன்றுக்குப் பங்களிக்கும் வாய்ப்பை நோக்கி ஈர்க்கப்பட்ட தனிநபர்களுக்கு உத்வேகம் அளித்தது.

செங்கிஸ்கானின் பிரச்சாரங்கள் அவரது ஆதரவாளர்களுக்குப் பொருளாதாரச் சமூக நன்மைகளை வழங்கின. செல்வமும் கைப்பற்றப்பட்ட வளங்களும் எனப் போரின் கொள்ளைகள் பெரும்பாலும் அவரது ஆதரவாளர்களுக்குப் பகிர்ந்தளிக்கப்பட்டன. அவரது தலைமைத்துவம் அவர்களின் முந்தைய சூழ்நிலைகளில் கிடைக்காத முன்னேற்றத்திற்கான வாய்ப்புகளை வழங்கியது.

செங்கிஸ்கான் வசீகரமான, அதிகாரபூர்வமான இருப்பைக் கொண்டிருந்தார். இது அவரது ஆதரவாளர்களிடமிருந்து தனிப்பட்ட விசுவாசத்தைப் பெற்றது. மரியாதையைப் பெறுவதற்கும் நம்பிக்கையைத் தூண்டுவதற்குமான அவரது

திறன் மக்களைத் தனது லட்சியத்திற்கு அணிதிரட்டுவதில் ஒரு குறிப்பிடத்தக்க காரணியாக இருந்தது. தொண்டர்களின் மீது அக்கறை கொண்டு, அவர்களின் துன்பங்களைப் பகிர்ந்து கொண்ட தலைவர் என அவரது புகழ் அவரது ஆதரவாளர்களை மேலும் கவர்ந்தது.

செங்கிஸ்கானின் ஆதரவாளர்கள் பல்வேறு காரணங்களுக்காக அவரது தலைமைக்கு ஈர்க்கப்பட்ட பல்வேறு நபர்களின் குழுவாக இருந்தனர். மங்கோலிய பழங்குடிகளை ஒன்றிணைக்கும் அவரது திறன், அவரது ராணுவ வலிமை, ஒற்றுமை, பேரரசு பற்றிய அவரது பார்வை, பொருளாதார, சமூக நன்மைகளின் வாக்குறுதி, அவரது தனிப்பட்ட கவர்ச்சி என அனைத்தும் அவரை ஆதரித்தவர்களின் விசுவாசத்திற்குப் பங்களித்தன. செங்கிஸ்கானின் உத்வேகம் வழிநடத்தும் திறன் அவர் அதிகாரத்திற்கு வருவதற்கும் மங்கோலியப் பேரரசை நிறுவுவதற்கும் ஒரு முக்கியக் காரணமாக இருந்தது.

5. குடும்ப ஆதரவும் செங்கிஸ்கானின் தலைமையும்

செங்கிஸ்கானின் குடும்பம் அவர் அதிகாரத்திற்கு வந்ததிலும் மங்கோலியப் பேரரசை நிறுவுவதிலும் குறிப்பிடத்தக்கப் பங்கைக் கொண்டிருந்தது. அவர்களின் அசைக்க முடியாத ஆதரவு, விசுவாசம், பங்களிப்புகள் போன்றவை அவரது தலைமையை வடிவமைப்பதற்கும் அவரது லட்சிய முயற்சிகளின் வெற்றியை உறுதி செய்வதற்கும் முக்கியப் பங்கு வகித்தன. அவர்களின் தீவிர ஈடுபாடு, ஆலோசனை, அர்ப்பணிப்பு மூலம், செங்கிஸ்கானின் குடும்ப உறுப்பினர்கள் அவரது பயணத்தில் முக்கியப் பங்கு வகித்தனர்.

செங்கிஸ்கான் தனது தோழன் ஜமுகாவுடன் கொண்டிருந்த நெருக்கமான உறவு, குடும்ப ஆதரவின் ஆழத்திற்கு ஓர் எடுத்துக்காட்டு. மாறுபட்ட பார்வைகள் காரணமாக அவர்களின் பாதைகள் வேறுபட்டாலும், அவர்களின் பிணைப்பு வலுவாக இருந்தது. செங்கிஸ்கான் பிடிபட்டபோதுகூட அவருக்குத் துரோகம் இழைக்க ஜமுகா மறுத்துவிட்டார். இது அவர்களின் உறவுக்கு அடித்தளமாக இருந்த அர்ப்பணிப்பையும், நம்பிக்கையையும் பிரதிபலிக்கிறது.

செங்கிஸ்கானின் மனைவிகளும் துணைவியார்களும் அவரது பிரச்சாரங்களிலும் ஆட்சியிலும் தீவிரமாகப் பங்கெடுத்தனர். இவரது மனைவி போர்டே ஆரம்ப ஆண்டுகளில் கடத்தப்பட்டார். பின்னர் செங்கிஸ்கானின் தீவிர முயற்சியால் மீட்கப்பட்டார்.

அவரது மீள்திறனும், விசுவாசமும் அவரது குடும்ப உறுப்பினர்கள் வகித்த ஆதரவான பாத்திரத்தை நிரூபித்தது. செங்கிஸ்கானின் மகள்கள், குறிப்பாக அலக்காய் பெகி, ஆலோசனைக்காக புகழ்பெற்றவர்கள். அதை அவர் பெரிதும் மதித்தார்.

செங்கிஸ்கானின் தலைமைத்துவம் அவரது குடும்பத்திற்கு விரிவுபடுத்தப்பட்டது. அவரது வாரிசுகள் போர்வீரர்களாகவும் தலைவர்களாகவும் பயிற்றுவிக்கப்பட்டனர். அவர்கள் எதிர்கொள்ளும் சவால்களுக்குத் தேவையான திறன்களையும் மதிப்புகளையும் அவர்களுக்கு ஊட்டினர். இது திறமையான ஆட்சியாளர்களாக இருக்க அவர்களை ஊக்குவித்தது, தனது குடும்பத்திற்குள் தலைமைத்துவத்தின் பாரம்பரியத்தை செங்கிஸ்கான் வளர்த்தார்.

செங்கிஸ்கானின் குடும்ப உறுப்பினர்கள் நம்பகமான ஆலோசகர்களாக செயல்பட்டனர். அவரது சகோதரர்களான கசார், கச்சியூன் ஆகியோர் அவரது படையெடுப்புகளில் ஒருங்கிணைந்திருந்தனர். அவர்கள் முக்கியமான தகவல்களை வழங்கி, முடிவு எடுத்தல், ராணுவ மேம்பாடு ஆகியவற்றில் முக்கியப் பங்கு வகித்தனர். செங்கிஸ்கானின் குடும்ப உறுப்பினர்கள் ராஜதந்திர முயற்சிகளில் தீவிரமாக ஈடுபட்டிருந்தனர். அவரது மருமகன் ஜெபே, அவரது சகோதரர் கசார் ஆகியோர் கூட்டணிகளை நிறுவுவதற்கும் உளவுத் தகவல்களைத் திரட்டுவதற்குமானப் பணிகளை மேற்கொண்டனர். செங்கிஸ்கானின் இலக்குகளை முன்னெடுப்பதில் குடும்ப உறுப்பினர்களின் பங்களிப்புகள் நிரூபித்தன.

செங்கிஸ்கானின் குடும்பம் நாடு கடத்தப்பட்ட காலத்தில், கஷ்டங்களையும் சவால்களையும் ஒன்றாகச் சகித்துக் கொண்டு அவருக்கு ஆதரவாக நின்றது. அவரது மனைவி போர்டேவின் மீள்திறனும், விசுவாசமும் இந்த நேரத்தில் தெளிவாகத் தெரிந்தது. ஏனெனில், அவர் அவருக்கு ஆதரவளிப்பதில் உறுதியாகவும் விட்டுக்கொடுக்காமலும் இருந்தார். மங்கோலியப் பழங்குடிகளுக்கு அவர் அடைய விரும்பிய ஒற்றுமையின் அடையாளமாக செங்கிஸ்கான் தனது குடும்பத்தின் ஒற்றுமையை அடிக்கடி வலியுறுத்தினார்.

தனது குடும்பத்திற்குள் நல்லிணக்கத்தைப் பேணுவதற்கும், பரந்த ஒற்றுமைக்கு ஒரு முன்மாதிரியாக அதைப் பயன்படுத்துவதற்கும் அவரது திறன் அவரது தலைமைத்துவ திறன்களுக்கு ஒரு

சான்றாகும். செங்கிஸ்கானின் குடும்ப உறுப்பினர்கள் அவரது தலைமைத்துவ பயணத்தில் ஒருங்கிணைந்த பங்கைக் கொண்டிருந்தனர். அவர்களின் ஆதரவு குடும்ப உறவுகளுக்கு அப்பால் சுறுசுறுப்பான பங்கேற்பு, ஆலோசனை, ராஜதந்திர முயற்சிகள் ஆகியவற்றை உள்ளடக்கியது. அவர்களின் அசைக்க முடியாத விசுவாசம், பங்களிப்புகள் ஆகியவற்றின் மூலம், அவரது லட்சிய இலக்குகளை அடைய பங்களித்த முக்கிய ஆதரவு தூண்களாக இருந்தனர்.

படையெடுப்பின் மூலம் சாம்ராஜ்ஜியத்தைக் கட்டியெழுப்புவதில் அவரது முதன்மை கவனம் இருந்தபோதிலும், திருப்திகரமான வாழ்க்கை குறித்த அவரது பார்வைகளை அவரது செயல்கள், முடிவுகள் அவர் நிலைநிறுத்திய கொள்கைகளிலிருந்து பெற முடியும். மங்கோலியப் பழங்குடிகளிடையேயான ஒற்றுமை தனது மக்களின் நல்வாழ்வுக்கும், செழிப்புக்கும் அவசியம் என்று செங்கிஸ்கான் நம்பினார். வெளிப்புற அச்சுறுத்தல்களைத் தாங்கும், ஸ்திரத்தன்மையை உறுதிசெய்யும் திறன் கொண்ட ஒருங்கிணைந்த மங்கோலியத் தேசத்தை உருவாக்குவதை அவர் நோக்கமாகக் கொண்டிருந்தார். பழங்குடிகளை ஒன்றிணைப்பதற்கான அவரது முயற்சிகள் தனது மக்களுக்குப் பாதுகாப்பான வளமான சூழலை நிறுவுவதற்கான விருப்பத்தால் உந்தப்பட்டன.

செங்கிஸ்கானின் கலாசாரச் சகிப்புத்தன்மை, மதச் சுதந்திரக் கொள்கை, பல்வேறு கலாசாரங்கள், நம்பிக்கைகளை மதிப்பதன் முக்கியத்துவத்தில் அவரது நம்பிக்கையைப் பிரதிபலித்தது. மக்கள் தங்கள் சொந்த மதங்களைக் கடைப்பிடிக்கவும், தங்கள் பழக்கவழக்கங்களைப் பராமரிக்கவும் அனுமதிப்பதன் மூலம் மட்டுமே ஓர் இணக்கமான சமூகத்தை அடைய முடியும் என்பதை அவர் அங்கீகரித்தார். இந்த முன்னோக்கு அனைவரையும் உள்ளடக்கிய, ஏற்றுக்கொள்ளக் கூடியச் சமூகத்தை உருவாக்குவதற்கான அவரது உறுதியை அடிக்கோடிட்டுக் காட்டியது.

செங்கிஸ்கான் தகுதிக்கும், சமவாய்ப்புக்கும் முக்கியத்துவம் கொடுத்தது, தனிநபர்களின் சமூக அந்தஸ்து, பரம்பரையைவிட அவர்களது திறன்களின் அடிப்படையில் மதிக்கப்பட வேண்டும், வெகுமதி அளிக்கப்பட வேண்டும் என்ற அவரது நம்பிக்கையில் வேரூன்றியது. திறமைகள் தழைத்தோங்கவும், மக்கள் தங்கள் முழுத் திறனையும் அடைவதற்குமான

ஒரு சமூகத்தை உருவாக்குவதை அவர் நோக்கமாகக் கொண்டிருந்தார். இது அவர்களின் தனிப்பட்ட மகிழ்ச்சிக்கும் பேரரசின் முன்னேற்றத்திற்கும் பங்களித்தது.

செங்கிஸ்கானின் தலைமைத்துவதிற்கானப் பார்வை அவரது வாழ்நாள் முழுவதும் நீண்டது, அவரது ஆட்சியின் நீடித்த தாக்கம் குறித்த அவரது கண்ணோட்டத்தைப் பிரதிபலித்தது. தனது மக்களின், சாம்ராஜ்யத்தின் எதிர்காலத்தை வடிவமைக்கும் ஒரு நீடித்த பாரம்பரியத்தை விட்டுச் செல்வதில் அவர் நம்பிக்கை கொண்டிருந்தார். ஒரு பாரம்பரியத்தை உருவாக்குவதற்கான இந்த வேட்கை, அவரது ஆட்சிக்குப் பிறகும் தனது குடிமக்கள் நிலையான, செழிப்பான சமூகத்தில் வாழ வேண்டும் என்ற அவரது விருப்பத்துடன் இணைந்தது.

மாறிவரும் சூழ்நிலைகளை ஏற்கும், புதுமையான உத்திகளைப் பயன்படுத்தும் செங்கிஸ்கானின் திறன் அவரது நடைமுறைக் கண்ணோட்டத்தின் பிரதிபலிப்பாகும். புதிய யோசனைகளையும் தொழில்நுட்பங்களையும் தழுவுவது தனது மக்களின் நல்வாழ்வை மேம்படுத்தும் முன்னேற்றங்களுக்கு வழிவகுக்கும் என்பதை அவர் புரிந்துகொண்டார். இந்தத் தகவமைப்பு அவரது பேரரசின் ஒட்டுமொத்த ஸ்திரத்தன்மைக்கும் முன்னேற்றத்திற்கும் பங்களித்தது.

நிறைவான வாழ்க்கை குறித்த செங்கிஸ்கானின் கண்ணோட்டம் மகிழ்ச்சி குறித்த நவீனக் கருத்துகளுடன் ஒத்துப்போகவில்லை என்றாலும், வெற்றிக்கான அவரது தேடல் அவரது வாழ்க்கையில் ஓர் உந்து சக்தியாக இருந்தது. புதிய பிரதேசங்களை வெல்வது, தனது பேரரசை விரிவுபடுத்துவது, வரலாற்றில் ஒரு முத்திரையை விட்டுச் செல்வது ஆகியவை தனது நோக்கத்தின் மையமாக இருப்பதாக அவர் நம்பினார். செங்கிஸ்கானின் நிறைவான வாழ்க்கை குறித்த முன்னோக்கு ஒற்றுமை, கலாசாரச் சகிப்புத்தன்மை, தகுதி, தலைமைத்துவம், தகவமைப்பு, வெற்றியைத் தேடுதல் ஆகியவற்றை வலியுறுத்துவதன் மூலம் வடிவமைக்கப்பட்டது.

அவரது முதன்மை கவனம் அவரது சாம்ராஜ்ஜியத்தை நிறுவுவதிலும், விரிவுபடுத்துவதிலும் இருந்தபோதிலும், அவரது நடவடிக்கைகள், கொள்கைகள் ஸ்திரத்தன்மை, செழிப்பு, உள்ளடக்கம் ஆகியவற்றால் வகைப்படுத்தப்பட்ட ஒரு சமூகத்தை உருவாக்குவதற்கான அவரது பார்வையைப் பற்றிய தகவல்களை வழங்குகின்றன.

செங்கிஸ்கான், பண்புகள், செயல்கள் சாதனைகளின் தனித்துவமான கலவையைக் கொண்டிருந்தார். இது அவரை அவரது சமகாலத்தவர்களிடமிருந்து வேறுபடுத்தியது. நாடு கடத்தப்பட்ட இளைஞனாக இருந்து வரலாற்றின் மிக முக்கியமான பேரரசுகளில் ஒன்றின் நிறுவனராகச் செங்கிஸ்கானின் பயணம் அவரது அசாதாரண உறுதிக்கு ஒரு சான்றாகும். துன்பங்களை வெற்றியாக மாற்றுவதும், பல்வேறு பின்னணிகளைச் சேர்ந்த மக்களைத் தனது தலைமையின் பின்னால் அணிதிரட்டுவதும் அவரது இணையற்ற சாதனையாகும்.

பிளவுபட்ட குழுக்களை ஒரு பொதுவான நோக்கத்தின் கீழ் ஒன்றிணைக்கும் அவரது திறன் அவரது தலைமைத்துவத்தையும் புத்திசாலித்தனத்தையும் வெளிப்படுத்தியது. செங்கிஸ்கானின் ராணுவ உத்திகளும், தந்திரங்களும் புதுமையானவை, மிகவும் பயனுள்ளவை. தசம அடிப்படையிலான ராணுவக் கட்டமைப்பை அவர் நடைமுறைப்படுத்தியது. இயக்கத்தை மையமாகக் கொண்ட போர்முறை ஆகியவை அவரது ஈடு இணையற்ற வெற்றிக்குப் பங்களித்த தனித்துவமான அம்சங்களாகும். தனது சாம்ராஜ்ஜியத்திற்குள் பல்வேறு கலாசாரங்கள் நம்பிக்கைகள் ஒன்றாக இருக்க அனுமதிக்கும் அவரது விருப்பம் அவரது காலத்தின் விதிமுறைகளிலிருந்து குறிப்பிடத்தக்க விலகலாகும்.

பரம்பரை அடிப்படையிலான தலைமையை விட செங்கிஸ்கான் தகுதியை ஊக்குவித்தது ஒரு புரட்சிகரமான கருத்தாகும். சமூக அந்தஸ்தைப் பொருட்படுத்தாமல் அவரது திறமையை அங்கீகரித்தது பல்வேறு பின்னணிகளிலிருந்து திறமையான நபர்கள் அதிகார பதவிகளுக்கு உயர வழிவகுத்தது.

செங்கிஸ்கானின் வெற்றிகள் கிழக்கு மேற்கத்திய நாகரிகங்களுக்கிடையிலான இடைவெளியைக் குறைத்தன. இவை கலாசாரப் பரிமாற்றம், வர்த்தகம் பட்டுப்பாதையில் அறிவைப் பரப்புவதற்கு வழிவகுத்தன. தொலைதூரப் பகுதிகளை இணைத்து, பரிமாற்றத்தை வளர்ப்பதற்கான அவரது திறன் உலக வரலாற்றில் அழியாத முத்திரையைப் பதித்தது. செங்கிஸ்கானின் பாரம்பரியம் பல நூற்றாண்டுகளாக நீடித்து வருகிறது. நிர்வாகம் முதல் ராணுவ மேலாண்மை வரை அவரது செல்வாக்கு உணரப்பட்டது. மனித வரலாற்றில் அவரது முத்திரை ஆழமாக உள்ளது. அவரது தலைமைத்துவம், சாம்ராஜ்ஜியத்தை உருவாக்கும் நுட்பங்கள் காலங்காலமாக அறிஞர்கள், தலைவர்களால் ஆய்வு செய்யப்படுகின்றன.

செங்கிஸ்கானின் தனித்துவம் அவரது சிக்கலான தன்மையில் உள்ளது. இது தலைமைப் பண்புகள், குறைபாடுகள் இரண்டையும் உள்ளடக்கியது. அவர் ஒரு வெற்றியாளராகவும், தொலைநோக்குப் பார்வையாளராகவும், அதேசமயம் இரக்கமற்ற ஆட்சியாளராகவும், கலாசாரப் பரிமாற்றத்தின் ஆதரவாளராகவும் இருந்தார். செங்கிஸ்கானின் தனித்துவத்திற்கு அவரது எளிமையான தொடக்கம், தொலைநோக்கு தலைமை, புதுமையான ராணுவ முன்னெடுப்புகள்கள், கலாசாரச் சகிப்புத்தன்மை, தகுதிக்கான அர்ப்பணிப்பு, கிழக்கு, மேற்கின் இணைப்பு, நீடித்த பாரம்பரியம், பன்முகப் பண்பு ஆகியவை காரணமாக இருக்கலாம்.

6. செங்கிஸ்கானின் வணிக வெற்றிகள்

செங்கிஸ்கான் முதன்மையாக ஒரு வெற்றியாளராகவும் ஆட்சியாளராகவும் நினைவுகூரப்பட்டாலும், பொருளாதார அம்சங்களைக் கருத்தில் கொண்டு, அவரது முயற்சிகளை வணிகத்தின் கண்ணோட்டத்தின் மூலமும் விளக்கலாம். அவரது தலைமைத்துவ அணுகுமுறை, வெற்றிகரமான வணிக உத்திகளுடன் ஒற்றுமைகளைப் பகிர்ந்து கொள்கின்றன.

செங்கிஸ்கானின் படையெடுப்புகளை வணிகத்தில் சந்தை ஊடுருவலுடன் ஒப்பிடலாம். அவர் புதிய பகுதிகளைக் கைப்பற்றவும், தனது இருப்பை நிறுவவும், வளங்களைக் கைப்பற்றவும் முயன்றார். வணிகங்கள் சந்தைப் பங்கைக் கைப்பற்றி ஆதிக்கத்தை நிறுவுவதை போலவே, செங்கிஸ்கான் படையெடுப்பு மூலம் பிராந்தியங்களின், வளங்களின் மீதான கட்டுப்பாட்டை உறுதிப்படுத்துவதை நோக்கமாகக் கொண்டிருந்தார்.

வளங்களைத் திறம்பட நிர்வகிக்கும் செங்கிஸ்கானின் திறன் பயனுள்ள வணிக நடைமுறைகளைப் பிரதிபலிக்கிறது. கிடைக்கக்கூடிய வளங்களை பயன்படுத்துவதன் முக்கியத்துவத்தை அவர் உணர்ந்தார். தனது படைகளுக்கான விநியோகச் சங்கிலி மேலாண்மை, தன்னைப் பின்பற்றுபவர்களுக்குப் பொருட்களைச் சமமாக விநியோகிப்பதன் மூலம் திறமையான வள மேலாண்மைக்கு அவர் அளித்த முக்கியத்துவம் அவரது வெற்றிகளுக்குப் பங்களித்தது.

வணிகங்கள் தங்கள் திறன்களை விரிவுபடுத்தக் கூட்டாண்மைகளை உருவாக்குவதைப் போலவே, செங்கிஸ்கான் பல்வேறு பழங்குடிகளுடனும் பிரிவுகளுடன் கூட்டணிகளை உருவாக்கினார். இந்தக் கூட்டணிகள் பல்வேறு குழுக்களின் பலங்களைப் பயன்படுத்தவும், புதிய சந்தைகள் அல்லது வளங்களை அணுகுவதற்கான கூட்டாண்மைகளை உருவாக்குவது போன்ற அவரது பிரச்சாரங்களுக்கு ஆதரவைப் பெறவும் அவரை அனுமதித்தன.

செங்கிஸ்கானின் அணுகுமுறையைப் போலவே, வெற்றிகரமான வணிகங்கள் பெரும்பாலும் மாறிவரும் சூழ்நிலைகளுக்கு ஏற்ப புதுமைகளைப் புகுத்தி மாற்றிமடைகின்றன. அவரது தசம அடிப்படையிலான ராணுவ அமைப்பு, போர்க்களத்தில் தகவமைத்தல் புதிய தொழில்நுட்பங்களை இணைத்தல் ஆகியவை அவரது புதுமையான சுறுசுறுப்பான மனநிலையை வெளிப்படுத்தின.

செங்கிஸ்கானின் பிரச்சாரங்களில் ராஜதந்திரம் ஒரு குறிப்பிடத்தக்கப் பங்கைக் கொண்டிருந்தது. இது வணிகத்தில் பேச்சுவார்த்தை உத்திகளைப் பிரதிபலித்தது. கூட்டணிகளைப் பெறவும், வர்த்தகப் பாதைகளை நிறுவவும், உளவுத் தகவல்களைச் சேகரிக்கவும் அவர் ராஜதந்திர முயற்சிகளை மேற்கொண்டார். இது அவரது செல்வாக்கை விரிவுபடுத்தவும் அதிகாரத்தை ஒருங்கிணைக்கவும் அனுமதித்தது.

செங்கிஸ்கானின் பட்டுப்பாதையில் கலாசாரப் பரிமாற்றத்தை ஊக்குவிப்பதைச் சந்தை விரிவாக்க உத்திகளுடன் ஒப்பிடலாம். வணிகங்கள் தங்கள் நுகர்வோர் தளத்தை அதிகரிக்கப் புதிய சந்தைகளுக்கு விரிவடைய முயற்சிப்பதைப் போலவே, செங்கிஸ்கான் தனது சாம்ராஜ்ஜியத்தை வளப்படுத்தவும் பொருளாதார வளர்ச்சியை ஊக்குவிக்கவும் பொருட்கள், யோசனைகள் தொழில்நுட்பங்களின் பரிமாற்றத்திற்கு உதவினார்.

அவர் போர்க்களத்தில் முன்னுதாரணமாக வழிநடத்தினார், பகிரப்பட்ட வெற்றிகள் மூலம் தன்னைப் பின்பற்றுபவர்களிடையே விசுவாசத்தை வளர்த்தார். சமூகப் பின்னணியைப் பொருட்படுத்தாமல் திறமைக்கு மதிப்பளித்தார். இவை வணிகம், தலைமைத்துவம் இரண்டிலும் அர்ப்பணிப்பை ஊக்குவிக்கும் பண்புகள் ஆகும். செங்கிஸ்கானின் நடவடிக்கைகள், தலைமைத்துவ அணுகுமுறை தொழில் முனைவோர் பண்புகளை

வெளிப்படுத்துகின்றன, அவை வணிக உத்திகளுடன் ஒப்பிடப்படலாம். அவரது விரிவாக்க முயற்சிகள், திறமையான வள மேலாண்மை, கூட்டணிகள், ராஜதந்திரம், கலாசாரப் பரிமாற்றம், ஊக்கமளிக்கும் தலைமை அனைத்தும் வெற்றிகரமான சாம்ராஜ்ஜியத்தைக் கட்டியெழுப்பும் துறையில் பயன்படுத்தப்படும் தொழில்முனைவோர் மனநிலையைப் பிரதிபலிக்கின்றன.

இந்த விளக்கம் செங்கிஸ்கானின் முயற்சிகளின் பன்முகத் தன்மையை வெளிச்சம் போட்டுக் காட்டுகிறது. மேலும் வணிகம் வரலாற்றுச் சூழல்களில் வெற்றிகரமான தலைமைக்கு இடையிலான ஒற்றுமைகளை அடிக்கோடிட்டுக் காட்டுகிறது.

செங்கிஸ்கானின் பாரம்பரியம் முதன்மையாக ராணுவ வெற்றியுடன், பேரரசு கட்டுமானத்துடன் தொடர்புடையது என்றாலும், அவரது அழகியல் உணர்வின் காட்சிகளை அவரது வாழ்க்கை தலைமையின் பல்வேறு அம்சங்களில் காணலாம். அதிகாரத்தின் விரிவாக்கத்தில் அவரது கவனம் இருந்தபோதிலும், அழகியல் மீதான அவரது பாராட்டு அவரது கலாசாரச் சகிப்புத்தன்மை, தலைமைத்துவப் பாணி ஆகியவற்றில் தெளிவாகத் தெரிந்தது. பல்வேறு கலாசாரங்களின் மதிப்பையும், தனது சாம்ராஜ்யத்தின் செழுமைக்கு அவற்றின் பங்களிப்புகளையும் அவர் அங்கீகரித்தார். இந்த வெளிப்படைத் தன்மை அவரது ஆளுகைக்குள் பல்வேறு கலை பாணிகள், நடைமுறைகள், நம்பிக்கைகளின் வாழ்வுக்கு அனுமதித்தது.

நிர்வாக மையங்கள், வர்த்தகப் பாதைகள், தலைநகரங்களை அவர் நிறுவியது தனித்துவமான கட்டடக்கலை அம்சங்களைக் கொண்ட நகரங்களின் வளர்ச்சிக்கு வழிவகுத்தது. அவரது தலைநகரான காரகோரம், பல்வேறு பகுதிகளின் கலை தாக்கங்களைப் பிரதிபலிக்கும் அரண்மனைகள், கோவில்கள், பிற கட்டமைப்புகளின் கட்டுமானத்தைக் கண்டது. கைவினைஞர்களின் ஆதரவு பல்வேறு கலை வடிவங்களை உருவாக்க உதவியது. பட்டுப்பாதையில் பொருட்கள், கருத்துப் பரிமாற்றம், கலை நுட்பங்கள், பொருட்கள் பாணிகளின் பரவலுக்கு உதவியது. அவரது ஆதரவு உலோக வேலை, மட்பாண்டங்கள், ஜவுளிகள், பிற வகையான கலைத்திறன் உள்ளிட்ட கைவினைத்திறனை வளர்ப்பதை ஊக்குவித்தது.

செங்கிஸ்கானின் தனிப்பட்ட அலங்காரம், சின்னங்களின் பயன்பாடு அழகியல் முக்கியத்துவத்தைக் கொண்டிருந்தது. அவரது உடை, ஆபரணங்கள் ராஜ அலங்காரம் பெரும்பாலும்

அவரது தலைமை, வம்சாவளி, சாதனைகள் தொடர்பான குறியீட்டு அர்த்தங்களை வெளிப்படுத்தின. அவரது தனிப்பட்ட தோற்றத்தில் அவர் செய்த அழகியல் தேர்வுகள் அதிகார அடையாளத்தின் சக்திவாய்ந்த பிம்பத்தை முன்வைத்தன.

செங்கிஸ்கானின் கலாசாரப் பரிமாற்றத்தை ஊக்குவித்தது கலை வெளிப்பாடுகளைச் செழுமைப்படுத்தும் தொடர்புகளை வளர்த்தது. வணிகப் பாதைகளில் மக்கள், கருத்துகள், பொருட்களின் இயக்கம் கலை பாணிகளின் குறுக்கு மகரந்தச் சேர்க்கைக்கு உதவியது. இந்தப் பண்பாட்டுத் தொடர்பு அவரது சாம்ராஜ்யத்தின் கலை எழுச்சிக்குப் பங்களித்தது.

கதைசொல்லலின் வாய்மொழி மரபு செங்கிஸ்கானின் கலாசாரத்தில் குறிப்பிடத்தக்கப் பங்கைக் கொண்டிருந்தது. காவியக் கதைகள், கதையாடல்கள் மீதான அவரது பாராட்டு, கதைசொல்லலை ஒரு கலை வடிவமாக நோக்கிய அழகியல் ஆர்வத்தைப் பிரதிபலிக்கிறது. இவரும் அவரது வாரிசுகளும் கதைகள், பாடல்கள், வரலாற்றுக் குறிப்புகளின் வாய்வழி பரிமாற்றத்தின் மூலம் மங்கோலிய மரபுகளைப் பாதுகாக்கப் பங்களித்தனர். ஓவியங்கள், சிற்பங்கள் போன்ற கலை வடிவங்களில் செங்கிஸ்கானின் பிரதிநிதித்துவம் பெரும்பாலும் அவரை ஒரு சக்திவாய்ந்த, அதிகாரமிக்க நபராக சித்தரித்தது. இது அவரது தலைமைப் பண்புகளை வெளிப்படுத்துவதையும், ஓர் ஆட்சியாளராக அவரது அந்தஸ்தை வலுப்படுத்துவதையும் நோக்கமாகக் கொண்டிருந்தன.

செங்கிஸ்கானின் பாரம்பரியம் வெற்றியுடன் தொடர்புடையது என்றாலும், கலை வெளிப்பாடு, கலாசாரப் பரிமாற்றத்திற்கான அவரது ஆதரவு அவரது பேரரசின் கலைச் செழுமைக்குப் பங்களித்தது. இந்த அம்சங்கள் அவரது தலைமைத்துவத்தின் பன்முகத் தன்மையையும், அவரது ராணுவ, நிர்வாகச் சாதனைகளுடன் இணைந்த அழகியல் பரிமாணங்களையும் அடிக்கோடிட்டுக் காட்டுகின்றன.

செங்கிஸ்கான் பெரும்பாலும் ஒரு கடுமையான, ராணுவத் தலைவராகச் சித்தரிக்கப்பட்டாலும், வரலாற்றுப் பதிவுகள் அவரது நகைச்சுவை பக்கத்தைப் பற்றிய தகவல்களையும் வழங்குகின்றன. ஒரு வெற்றியாளராகவும் ஆட்சியாளராகவும் அவர் எதிர்கொண்ட சவால்கள் இருந்தபோதிலும்,செங்கிஸ்கான் தோழமையின் தருணங்களை வெளிப்படுத்தினார். இது தலைமையின் கோரிக்கைகளுக்கு மத்தியில் நகைச்சுவையைக் கண்டறியும் தனது திறனைக் காட்டியது.

செங்கிஸ்கான் தனது கூர்மையான புத்திசாலித்தனத்திற்கும் தனது தோழர்களுடன் விளையாட்டுத்தனமான நகைச்சுவையில் ஈடுபடும் திறனுக்கும் பெயர் பெற்றவர். அவரது நகைச்சுவையான பேச்சுகள், நகைச்சுவையான பதில்கள் அவரது உரையாடல்களுக்கு ஒரு நெகிழ்ச்சியை சேர்த்தன. அவரைப் பின்தொடர்பவர்களிடையே ஒரு தோழமை உணர்வை உருவாக்கியது. இதுபோன்ற நிகழ்வுகள் அவரது அணுகக்கூடிய தொடர்புடைய தலைமைத்துவ பாணியை எடுத்துக்காட்டுகின்றன.

செங்கிஸ்கான் எப்போதாவது தனது நெருங்கிய சகாக்களுடன் லேசான குறும்புகள் நடைமுறை நகைச்சுவைகளில் ஈடுபட்டதாக வரலாற்றுக் குறிப்புகள் தெரிவிக்கின்றன. இந்தக் குறும்புகள் பொழுதுபோக்குக்கு ஆதாரமாக மட்டுமல்லாமல், அவரது உள்வட்டத்தில் நட்பையும் நம்பிக்கையையும் வளர்க்கவும் உதவியது.

செங்கிஸ்கானின் சமூகக் கூட்டங்கள், விருந்துகள் மீதான ஈர்ப்பு நகைச்சுவைக்கான, மகிழ்ச்சிக்கான வாய்ப்புகளை வழங்கியது. இந்த சந்தர்ப்பங்களில், அவர் கதைசொல்லல், பாடல்கள் போன்ற பரிமாற்றங்களில் ஈடுபடுவார், மகிழ்ச்சியான சூழலை உருவாக்குவார். செங்கிஸ்கானின் வாழ்க்கைக் கதைகள் அவரது நகைச்சுவைத் தன்மையின் காட்சிகளை வழங்குகின்றன. ஒரு கதை தனது மகன் ஜோச்சியை ஒரு ஐஸ் துண்டு ஒரு விலைமதிப்பற்ற கல் என்று நம்பி ஏமாற்றிய ஒரு சம்பவத்தை விவரிக்கிறது. இது இலகுவான ஏமாற்று வேலையில் ஈடுபடும் அவரது திறனை நிரூபிக்கிறது.

செங்கிஸ்கான் தனது தோழர்கள், பின்தொடர்பவர்களுடனான தொடர்புகள் பெரும்பாலும் அவரது நகைச்சுவை ஆளுமையைப் பிரதிபலித்தன. அவர் தனக்குக் கீழே பணிபுரிபவர்களைப் பரிச்சயத்துடனும் அரவணைப்புடனும் நடத்தினார். உரையாடல்களிலும் கேலிகளிலும் ஈடுபட்டார். இது அவரது அணுகக்கூடிய நடத்தையைக் காட்டியது. செங்கிஸ்கானின் நகைச்சுவை பயன்பாடு அவரது தலைமைத்துவப் பாணி வரை நீட்டிக்கப்பட்டது. நகைச்சுவை தடைகளை உடைத்து, தனது மாறுபட்ட ஆதரவாளர்களிடையே ஒற்றுமை உணர்வை வளர்க்கும் என்பதை அவர் உணர்ந்தார். தனது உரையாடல்களில் நகைச்சுவையை இணைப்பதன் மூலம், அவர் தனது அணிகளுக்குள் மிகவும் நிதானமான, அனைவரையும் உள்ளடக்கிய சூழலை உருவாக்க முடிந்தது.

கலாசாரக் கொண்டாட்டங்கள், திருவிழாக்களில் செங்கிஸ்கானின் ஈடுபாடு மகிழ்ச்சியின் தருணங்களைப் பாராட்டுவதற்கும் பங்கேற்பதற்குமான அவரது திறனை எடுத்துக்காட்டியது. இந்த விழாக்களின் போது அவரது வருகையும் ஈடுபாடும் தனது மக்களின் கலாசார மரபுகளைப் பாதுகாப்பதில் அவரது உறுதிப்பாட்டை எடுத்துக்காட்டுகிறது. செங்கிஸ்கானின் நகைச்சுவை உணர்வு ஒரு வெற்றியாளராகவும் தலைவராகவும் அவரது பாத்திரத்தின் தீவிரத்திற்கு ஓர் எதிர் சமநிலையை வழங்கியது.

அவரது புத்திசாலித்தனம், விளையாட்டுத்தனமான நகைச்சுவை, இலகுவான குறும்புகள், சமூகக் கூட்டங்கள், நகைச்சுவை நிகழ்வுகள், தலைமைத்துவ உரையாடல்களில் நகைச்சுவையைப் பயன்படுத்துதல் ஆகியவை அவரது காலத்தின் சவால்களுக்கு மத்தியில் நெகிழ்ச்சியான தருணங்களைக் கண்டறியும் அவரது திறனை வெளிப்படுத்தின. இந்த நிகழ்வுகள் அவரது ஆளுமையை மனிதாபிமானமாக்குகின்றன, அவரது பாத்திரத்தின் பன்முகத் தன்மையைப் பற்றிய ஒரு பார்வையை வழங்குகின்றன. பெரிய தலைவர்கள்கூட அவர்களின் தனித்துவமான தலைமைத்துவ பாணிக்குப் பங்களிக்கும் இலகுவான பக்கத்தைக் கொண்டுள்ளனர் என்பதை வலுப்படுத்துகிறது.

7. செங்கிஸ்கானின் விமர்சன சிந்தனைத்திறன்

செங்கிஸ்கானின் விமர்சன சிந்தனைத் திறன்கள் அவர் அதிகாரத்திற்கு வருவதற்கும், அவரது வெற்றிகரமான ராணுவப் படையெடுப்புகளுக்கும், மங்கோலியப் பேரரசை நிறுவுவதற்கும் முக்கியப் பங்கு வகித்தன. சிக்கலான சூழ்நிலைகளை பகுப்பாய்வு செய்வதற்கும், தகவலறிந்த முடிவுகளை எடுப்பதற்கும், உத்திகளை மாற்றியமைப்பதற்குமான அவரது திறன் அவரது குறிப்பிடத்தக்க விமர்சன சிந்தனைத் திறன்களை வெளிப்படுத்துகிறது.

எதிரிகளின் பலம், பலவீனங்களை மதிப்பிட்டு, புவியியல் காரணிகளை ஆராய்ந்து, அதற்கேற்ப தனது தந்திரங்களை மாற்றிக்கொள்வார். மாறிவரும் சூழ்நிலைகளுக்கு ஏற்ப போர்க்களத்தில் தகவமைத்துக் கொள்ளும் அவரது திறன் அவரது ஆழ்ந்த பகுப்பாய்வுத் திறனை வெளிப்படுத்தியது. செங்கிஸ்கான் பிரச்சாரங்களைத் தொடங்குவதற்கு முன்பு உளவுத் தகவல்களைச் சேகரிப்பதை பெரிதும் நம்பியிருந்தார். எதிரிகளின் நிலைகள், வளங்கள், நோக்கங்கள் பற்றிய தகவல்களைச் சேகரிக்க அவர் ஒற்றர்களையும் சாரணர்களையும் அனுப்பினார்.

இந்தப் பகுப்பாய்வு அணுகுமுறை அவரைத் தகவலறிந்த முடிவுகளை எடுக்கவும், தனது எதிரிகளின் பலவீனங்களைப் பயன்படுத்த தனது உத்திகளை வடிவமைக்கவும் அனுமதித்தது. செங்கிஸ்கானின் விமர்சனச் சிந்தனை அவரது தீர்க்கமான தன்மையிலும் நேர உணர்விலும் வெளிப்பட்டது. வாய்ப்புகளைப் பயன்படுத்தி சரியான நேரத்தில் முடிவுகளை எடுப்பதன் முக்கியத்துவத்தை அவர் புரிந்துகொண்டார். எடுத்துக்காட்டாக, தனது எதிரிகள் சற்றும் எதிர்பார்க்காதபோது திடீர் தாக்குதல்களைத் தொடங்கினார்.

செங்கிஸ்கான் தனது கீழ்ப் பணிபுரிபவர்கள், கூட்டாளிகளின் விசுவாசத்தை மதிப்பிடும் திறன் அவரது விமர்சனச் சிந்தனைக்கு ஒரு சான்றாகும். தனது லட்சியத்தில் யார் உண்மையிலேயே அர்ப்பணிப்புடன் இருக்கிறார்கள், யார் அச்சுறுத்தலை ஏற்படுத்தக்கூடும் என்பதை அவரால் புரிந்து கொள்ள முடிந்தது. இந்தப் பகுத்தறிதல் அவருக்கு ஒரு விசுவாசமான உள் வட்டத்தை உருவாக்கவும் உள் முரண்பாடுகளைக் குறைக்கவும் உதவியது. செங்கிஸ்கானின் விமர்சனச் சிந்தனை ராணுவ மேலாண்மை வரை விரிவடைந்தது. தசம அடிப்படையிலான ராணுவ அமைப்பைப் பயன்படுத்துவது போன்ற புதுமையான உத்திகளை அவர் அறிமுகப்படுத்தினார். இது போர்க்களத்தில் அதிக நெகிழ்வுத்தன்மையையும் ஒருங்கிணைப்பையும் அனுமதித்தது. இந்தத் தந்திரங்கள் ஆக்கபூர்வமாகச் சிந்திக்கும் அதிகபட்ச செயல்திறனுக்காகப் பாரம்பரிய முறைகளை மாற்றியமைக்கும் அவரது திறனை நிரூபித்தன.

செங்கிஸ்கானின் விமர்சனச் சிந்தனை அவரது ராஜதந்திர முயற்சிகளிலும், கூட்டணி உருவாக்கத்திலும் தெளிவாகத் தெரிந்தது. பல்வேறு பழங்குடிகளுடன் கூட்டணிகளை அமைப்பதன் சாத்தியமான நன்மைகளை, அபாயங்களை அவர் மதிப்பீடு செய்தார். அவரது பேரம் பேசும் திறன், கூட்டாளிகளின் உந்துதல்களை அளவிடும் திறன் ஆகியவை அவரது செல்வாக்கை விரிவுபடுத்துவதில் அவரது வெற்றிக்கு முக்கியமானவை.

செங்கிஸ்கானின் நீண்டகாலப் பார்வை சிந்தனைக்கான அவரது திறனை நிரூபித்தது. ஒருங்கிணைந்த மங்கோலியத் தேசத்தை உருவாக்குவதன் மூலமும், தனது பேரரசின் ஸ்திரத்தன்மையை உறுதி செய்வதன் மூலமும் நீடித்த பாரம்பரியத்தை நிறுவுவதை அவர் நோக்கமாகக் கொண்டிருந்தார். இந்தப் பார்வை அவரது முடிவுகளையும் செயல்களையும் வழிநடத்தியது, உடனடி ஆதாயங்களுக்கு அப்பால் சிந்திக்கும் அவரது திறனை வலியுறுத்தியது.

செங்கிஸ்கானின் விமர்சனச் சிந்தனைத் திறன்கள் அவரது தலைமைக்கும் வெற்றிக்கும் ஒருங்கிணைந்தவை. அவரது திட்டமிடல், தழுவல், நுண்ணறிவைப் பயன்படுத்துதல், தீர்க்கமான தன்மை, விசுவாசத்தின் மதிப்பீடு, தந்திரங்களில் புதுமை, ராஜதந்திரப் புத்திசாலித்தனம், நீண்டகால பார்வை ஆகியவை சூழ்நிலைகளைப் புறநிலையாகப் பகுப்பாய்வு செய்வதற்கும்,தகவலறிந்த முடிவுகளை எடுப்பதற்கும்,அதிகபட்ச

தாக்கத்திற்குத் தனது உத்திகளை மாற்றியமைப்பதற்குமான அவரது திறனை எடுத்துக்காட்டுகின்றன.

செங்கிஸ்கான் வெற்றியாளராகவும் தலைவராகவும் அவரது பாரம்பரியம் பெரும்பாலும் அவரது படைப்பாற்றல் புதுமையான மனநிலையை மறைக்கிறது. இருப்பினும், சிந்திக்கும் திறன், புதுமையான உத்திகளை அறிமுகப்படுத்துதல், புதிய சூழ்நிலைகளுக்கு ஏற்ப தகவமைத்துக் கொள்ளும் அவரது திறன் அவரது படைப்பாற்றல் உணர்வை அடிக்கோடிட்டுக் காட்டுகிறது. செங்கிஸ்கான் தனது செயல்கள் அணுகுமுறைகள் மூலம், தனது இலக்குகளை அடைவதில் படைப்பாற்றலை வளர்ப்பதற்கானத் திறனை வெளிப்படுத்தினார்.

செங்கிஸ்கானின் படைப்பாற்றல் அவரது ராணுவக் கண்டுபிடிப்புகளில் வெளிப்பட்டது. அவர் தசம அடிப்படையிலான ராணுவ அமைப்பை அறிமுகப்படுத்தினார். இது தனது படைகளைப் பத்து அலகுகளாகப் பிரித்து, திறமையான கட்டமைப்பை உருவாக்கியது. இந்தக் கண்டுபிடிப்பு சிறந்த ஒருங்கிணைப்பு, விரைவான தகவல்தொடர்பு, போர்க்களத்தில் தகவமைத்தல் ஆகியவற்றை அனுமதித்தது. செங்கிஸ்கானின் படைப்பாற்றல் சிந்தனை அவரது தகவமைப்பு உத்திகளால் எடுத்துக்காட்டப்பட்டது. வெவ்வேறு எதிரிகள் நிலப்பரப்பிற்கு எதிராகப் பாரம்பரியத் தந்திரங்கள் போதுமானதாக இருக்காது என்பதை அவர் உணர்ந்தார். எடுத்துக்காட்டாக, நாடோடி எதிரிகளுக்கு எதிராக நடமாடும் போரின்போது கோட்டை நகரங்களுக்கு எதிரான முற்றுகை தந்திரங்களைப் பயன்படுத்தினார். இது கையில் உள்ள சூழ்நிலைக்கு ஏற்ப உத்திகளை வடிவமைக்கும் திறனைக் காட்டியது.

செங்கிஸ்கான் ஒரு நம்பகமான தகவல்தொடர்பு அமைப்பை நிறுவியது ஒரு பரந்த சாம்ராஜ்யத்தை நிர்வகிப்பதில் உள்ள சவால்களுக்கு ஒரு ஆக்கபூர்வமான தீர்வாகும். அவர் நிலையங்களின் வலையமைப்பை அறிமுகப்படுத்தினார். இது நீண்ட தூரங்களில் செய்திகளை விரைவாக அனுப்புவதற்கு உதவியது. இந்தக் கண்டுபிடிப்பு விரைவான முடிவுகளை எடுப்பதற்கும் அவரது ராஜ்ஜியத்தின் திறமையான நிர்வாகத்திற்கும் அனுமதித்தது. செங்கிஸ்கானின் கலாசாரப் பரிமாற்றம் மத சகிப்புத்தன்மையை ஊக்குவித்தது நிர்வாகத்தில் அவரது ஆக்கபூர்வமான அணுகுமுறையை வெளிப்படுத்தியது.

பல்வேறு கலாசாரங்கள் நம்பிக்கைகளைத் தழுவுவது ஒத்துழைப்பு, வர்த்தகத்தை வளர்ப்பதன் மூலம் தனது சாம்ராஜ்யத்தை வலுப்படுத்த முடியும் என்பதை அவர் உணர்ந்தார். இந்தப் படைப்புப் பார்வை அவரது சாம்ராஜ்யத்தின் பண்பாட்டு உயிரோட்டத்திற்குப் பங்களித்தது. செங்கிஸ்கானின் படைப்புச் சிந்தனை அவரது வெற்றிகளின் ஒழுங்கமைப்பில் விரிவடைந்தது. அவர் தனது படைகளைப் பல படைகளாகப் பிரித்தார். அவை ஒரே நேரத்தில் வெவ்வேறு திசைகளிலிருந்து தாக்கக் கூடியவை. தனது எதிரிகளைக் குழப்பி ஆதிக்கம் செலுத்தக்கூடியவை. இந்தப் புதுமையான அணுகுமுறை அவரை பெரிய பகுதிகளைத் திறமையாகக் கைப்பற்ற அனுமதித்தது.

செங்கிஸ்கானின் ராஜதந்திர முயற்சிகள் மோதல் தீர்வுக்கான அவரது ஆக்கபூர்வமான அணுகுமுறையை வெளிப்படுத்தின. பலத்தை மட்டுமே நம்பியிருக்காமல், தனது இலக்குகளை அடைய பேச்சுவார்த்தைகளையும் கூட்டணிகளையும் பயன்படுத்தினார். சாத்தியமானபோது ராஜதந்திர தீர்வுகளைக் கண்டறிவதற்கான அவரது திறன் வழக்கத்திற்கு மாறான பாதைகளை ஆராய்வதற்கான அவரது விருப்பத்தை வெளிப்படுத்தியது.

மங்கோலியப் பேரரசு குறித்த அவரது நீண்டகாலப் பார்வையில் செங்கிஸ்கானின் படைப்புச் சிந்தனை தெளிவாகத் தெரிந்தது. பல்வேறு பழங்குடிகளை ஒன்றிணைப்பதன் மூலமும், கலாசாரப் பரிமாற்றத்தை ஊக்குவிப்பதன் மூலமும், ஒரு நிலையான நிர்வாகத்தை நிறுவுவதன் மூலமும் நீடித்த பாரம்பரியத்தை உருவாக்குவதை அவர் நோக்கமாகக் கொண்டிருந்தார். இந்த முன்னோக்கிய சிந்தனை கண்ணோட்டத்திற்குச் சவால்களைச் சமாளிக்கவும் ஒருங்கிணைப்பைப் பராமரிக்கவும் ஆக்கபூர்வமான உத்திகள் தேவைப்பட்டன.

செங்கிஸ்கானின் படைப்பாற்றல் உணர்வு ஒரு வெற்றியாளராகவும் தலைவராகவும் அவரது வெற்றிக்கு ஓர் உந்து சக்தியாக இருந்தது. அவரது ராணுவ கண்டுபிடிப்புகள், தகவமைப்பு உத்திகள், தகவல் தொடர்பு அமைப்பு, கலாசாரப் பரிமாற்ற முயற்சிகள், நிறுவன அணுகுமுறைகள், ராஜதந்திர தீர்வுகள், நீண்டகாலப் பார்வை ஆகியவை ஆக்கபூர்வமாக சிந்திக்கவும் புதிய தீர்வுகளைச் செயல்படுத்தவும் அவரது திறனுக்கு எடுத்துக்காட்டாக இருந்தன. அவரது ராணுவ

வலிமை அவரது பாரம்பரியத்தின் ஒரு மைல்கல்லாக இருந்தாலும், மங்கோலியப் பேரரசை வடிவமைப்பதிலும் வரலாற்றில் அதன் நீடித்த தாக்கத்திலும் அவரது படைப்பாற்றல் சாதுர்யம் முக்கியப் பங்கு வகித்தது.

செங்கிஸ்கானின் வரலாற்றுக் கதையாடல் முக்கியமாக அவரது ராணுவச் சாதனைகள், தலைமைத்துவத்தை மையமாகக் கொண்டிருந்தாலும், அவரது வாழ்க்கையின் பல்வேறு அம்சங்களில் செல்வாக்கு செலுத்திய ஒரு கலை உணர்வை அவர் கொண்டிருந்தார் என்பதற்கான சான்றுகள் தெரிவிக்கின்றன.

அழகியல், கலாசாரப் பரிமாற்றம், மரபுகளைப் பாதுகாத்தல் குறித்த அவரது பாராட்டு அவரது ஆளுமையின் அதிகம் அறியப்படாத அம்சத்தை வெளிப்படுத்துகிறது. இது அவரது பாரம்பரியம் குறித்த நமது புரிதலை வளப்படுத்துகிறது. கைவினைஞர்களுக்குச் செங்கிஸ்கானின் ஆதரவு அவரது கலை உணர்வை எடுத்துக்காட்டுகிறது. உலோக வேலைகள், துணிகள், மட்பாண்டங்கள், நகைகள் உள்ளிட்ட சிக்கலான கலைப்படைப்புகளை உருவாக்குவதை அவர் ஊக்குவித்தார். கைவினைத்திறனை ஆதரிப்பதன் மூலம், அவர் தனது பேரரசில் கலை மரபுகளைப் பாதுகாப்பதற்கும் வளர்ப்பதற்கும் பங்களித்தார்.

பட்டுப்பாதையில் கலாசாரப் பரிமாற்றத்தை மேம்படுத்த செங்கிஸ்கான் மேற்கொண்ட முயற்சிகள் அழகியல் மீதான அவரது பாராட்டை வெளிப்படுத்துகின்றன. பொருட்கள், கருத்துகள், கலை வெளிப்பாடுகளின் பரிமாற்றத்திற்கு அவர் அளித்த ஒப்புதல் அவரது பேரரசின் கலாசாரக் கட்டமைப்பைச் செழுமைப்படுத்த உதவியது. இந்தப் பரிமாற்றம் பல்வேறு பகுதிகளின் கலை பாணிகளின் கலவைக்குப் பங்களித்தது.

விரிவாக ஆவணப்படுத்தப் படவில்லை என்றாலும், செங்கிஸ்கானின் கட்டடக்கலை திட்டங்கள் அவரது தலைநகரான காரகோரத்தின் அழகியலை வடிவமைப்பதில் அவரது ஈடுபாட்டைக் குறிக்கின்றன. அரண்மனைகள், கோவில்கள், நிர்வாக மையங்களின் கட்டுமானம் அவரது கலை விருப்பங்களையும் நகரத்தின் பெருமைக்கான பார்வையையும் பிரதிபலித்திருக்கலாம்.

செங்கிஸ்கானின் தனிப்பட்ட அலங்காரங்கள், உடைகள், ராஜ அலங்காரம் ஆகியவை குறியீடுகள் அழகியல் மீதான அவரது கவனத்தை வெளிப்படுத்தின. அவர் பெரும்பாலும் தனது

அந்தஸ்து, வம்சாவளி தலைமைத்துவத்தை வெளிப்படுத்தும் உடைகள், அணிகலன்களை அணிந்திருந்தார். இந்தத் தேர்வுகள் அவரது தோற்றத்தின் காட்சி தாக்கம் குறித்த அவரது விழிப்புணர்வை வெளிப்படுத்தின.

வாய்மொழி மரபும் கதைசொல்லலும் செங்கிஸ்கானின் பண்பாட்டின் குறிப்பிடத்தக்கக் கூறுகளாக இருந்தன. காவியக் கதைகள், பாடல்கள், கதையாடல்கள் மீதான அவரது பாராட்டு, கதைசொல்லலின் கலை ஆற்றலை அவர் அங்கீகரித்ததைப் பிரதிபலிக்கிறது. இத்தகைய மரபுகளில் அவர் பங்கேற்றது கலாசாரப் பாரம்பரியத்தைப் பாதுகாப்பதில் அவருக்கு இருந்த ஈர்ப்பை வெளிப்படுத்தியது.

செங்கிஸ்கானைக் கலை வடிவங்களில் சித்தரிப்பது, ஒப்பீட்டளவில் மட்டுப்படுத்தப்பட்டிருந்தாலும், அவரது குறியீட்டு பிரதிநிதித்துவத்தை வெளிப்படுத்துகிறது. உருவப்படங்கள், சிற்பங்கள் கலைநயங்கள் பெரும்பாலும் ஒரு சக்திவாய்ந்த தலைவராகவும் ஒரு சாம்ராஜ்ஜியத்தின் நிறுவனராகவும் அவரது மதிப்பை வெளிப்படுத்தின. இந்தக் கலை பிரதிநிதித்துவங்கள் ராணுவ வெற்றியின் எல்லைக்கு அப்பால் அவரது பாரம்பரியத்தை அடிக்கோடிட்டுக் காட்டுகின்றன.

கலாசார விழாக்கள், சடங்குகளில் செங்கிஸ்கானின் ஈடுபாடு அவரது கலை ஈடுபாட்டைக் காட்டியது. விழாக்கள், விருந்துகள், கொண்டாட்டங்கள் பெரும்பாலும் இசை, நடனம், ந்காட்சிகள் போன்ற கலைக் கூறுகளைக் கொண்டிருந்தன. அவரது பங்கேற்பு அத்தகைய நிகழ்வுகளின் அழகியல் குறியீட்டுப் பரிமாணங்கள் மீதான ஒரு பாராட்டை வெளிப்படுத்தியது. செங்கிஸ்கானின் கலை உணர்வு, குறைவாக ஆராயப்பட்டாலும், கைவினைத்திறனை ஆதரித்தல், கலாசாரப் பரிமாற்றத்தை ஊக்குவித்தல், கட்டிடக்கலை முன்முயற்சிகள், தனிப்பட்ட அலங்காரங்கள், வாய்மொழி மரபுகளில் ஈடுபாடு, கலையில் பிரதிநிதித்துவம், சடங்கு நடைமுறைகளில் பங்கேற்பு ஆகியவற்றில் தெளிவாகத் தெரிகிறது.

அவரது ராணுவ, நிர்வாக சாதனைகள் முக்கியமானவை என்றாலும், அவரது கலை ஆர்வங்கள் அழகியல், கலாசாரப் பாரம்பரியம், படைப்பு வெளிப்பாடுகளை மதிக்கும் பன்முகத் தலைவரை வெளிப்படுத்துகின்றன. அவரது ஆளுமையின் இந்த அம்சம் அவரது பாரம்பரியம் பற்றிய நமது புரிதலை வளப்படுத்துகிறது.

செங்கிஸ்கானின் பாரம்பரியம் ஒரு வெற்றியாளராக அவரது ஆழமான தேசபக்தி, தனது தாய்நாட்டின் மீதான பக்தியைப் புறக்கணிக்க வழிவகுக்கும். மங்கோலிய மக்கள் மீதான அவரது அர்ப்பணிப்பு, அவர்களின் மரபுகள், தாயகத்தின் ஒருங்கிணைப்பு ஆகியவை அவரது நடவடிக்கைகளையும் தலைமையையும் வடிவமைத்தன. செங்கிஸ்கானின் தேசபக்தி உணர்வு பல்வேறு வழிகளில் தெளிவாகத் தெரிந்தது. அதன் வெளிப்பாடுகள் அவரது தேசத்திற்கான அவரது அசைக்க முடியாத அர்ப்பணிப்பை அடிக்கோடிட்டுக் காட்டின.

மங்கோலியப் பழங்குடிகளை ஒன்றிணைத்து, அவர்களைப் பலவீனப்படுத்திய உள்நாட்டு மோதல்களுக்கு முற்றுப்புள்ளி வைப்பதே செங்கிஸ்கானின் முதன்மையான நோக்கமாக இருந்தது. ஒன்றுபட்ட மங்கோலியத் தேசம் குறித்த அவரது பார்வை தனது மக்கள் மீதான ஆழ்ந்த அன்பு, அவர்களின் எதிர்காலத்தைப் பாதுகாக்கும் விருப்பத்தால் உந்தப்பட்டது. வெளிப்புற அச்சுறுத்தல்களுக்கு எதிராக வலுவாக நிற்கும் ஓர் ஒருங்கிணைந்த அமைப்பை உருவாக்குவதை அவர் நோக்கமாகக் கொண்டிருந்தார்.

மங்கோலிய மரபுகளைப் பாதுகாப்பதில் செங்கிஸ்கானின் அர்ப்பணிப்பு அவரது தேசபக்தி உணர்வை எடுத்துக்காட்டியது. அவர் புதுமைகளை அறிமுகப்படுத்தினார். கலாசாரப் பரிமாற்றத்தை ஊக்குவித்தார். மங்கோலிய அடையாளத்தை வரையறுக்கும் முக்கிய மதிப்புகள், நடைமுறைகளைப் பராமரிப்பதன் முக்கியத்துவத்தையும் வலியுறுத்தினார். இந்த அர்ப்பணிப்பு அவரது மக்களின் பாரம்பரியத்தின் தொடர்ச்சியை உறுதி செய்தது. செங்கிஸ்கானின் வெற்றிகள் முழுவதிலும் தனது தாயகத்தைப் பாதுகாக்கும் உணர்வால் உந்தப்பட்டன. மங்கோலியப் பகுதிகளைப் பாதுகாக்க, தனது செல்வாக்கை விரிவுபடுத்தி அண்டைப் பகுதிகளில் கட்டுப்பாட்டை நிறுவ வேண்டும் என்பதை அவர் உணர்ந்தார்.

அவரது ராணுவப் படையெடுப்புகள் பெரும்பாலும் மங்கோலிய நிலங்களை வெளிப்புற அச்சுறுத்தல்களிலிருந்து பாதுகாக்கும் நோக்கத்துடன் நடத்தப்பட்டன. அவர் தனது ஆதரவாளர்களைத் தங்கள் வேறுபாடுகளை ஒதுக்கி வைத்துவிட்டுக் கூட்டு நன்மைக்கு முன்னுரிமை அளிக்குமாறு ஊக்குவித்தார். ஒற்றுமை விசுவாசத்திற்கான இந்த வலியுறுத்தல் அவரது மக்களின் நலனுக்கான அவரது உறுதிப்பாட்டைப் பிரதிபலித்தது.

ஒரு நிலையான, நன்கு நிர்வகிக்கப்படும் பேரரசை நிறுவ செங்கிஸ்கானின் முயற்சிகள் அவரது தேசபக்தி உணர்வால் உந்தப்பட்டன. ஒரு வலுவான ஒழுங்கமைக்கப்பட்ட சாம்ராஜ்ஜியம் தனது மக்களின் செழிப்பையும் பாதுகாப்பையும் உறுதி செய்யும் என்பதை அவர் அங்கீகரித்தார். அவரது நிர்வாகச் சீர்திருத்தங்கள், திறமையான நிர்வாகம் மங்கோலியத் தேசத்தின் நல்வாழ்வுக்கு உகந்த சூழலை உருவாக்குவதை நோக்கமாகக் கொண்டது.

அண்டை நாடுகளுடன் செங்கிஸ்கான் ராஜதந்திரக் கூட்டணிகளைத் தொடர்வதை அவரது தேசபக்தியின் வெளிப்பாடாகக் கருதலாம். அவர் தனது எல்லைகளைப் பாதுகாக்கவும், படையெடுப்புகளைத் தடுக்கவும், தனது தாயகத்தின் பிராந்திய ஒருமைப்பாட்டைப் பராமரிக்கவும் கூட்டணிகளை நாடினார். இந்தக் கூட்டணிகள் மங்கோலியத் தேசத்தின் நலன்களைப் பாதுகாப்பதற்காக உருவாக்கப்பட்டன.

செங்கிஸ்கானின் ராணுவ வெற்றிகள் விரிவாக்கவாத அபிலாஷைகளால் மட்டுமே உந்தப்படவில்லை. அவரது பிரச்சாரங்கள், ஒரு பகுதியாக, அவரது தாயகத்தின் பாதுகாப்பைச் சமரசம் செய்யக்கூடிய சாத்தியமான அச்சுறுத்தல்களை நடுநிலையாக்குவதை நோக்கமாகக் கொண்டிருந்தன. அண்டை பிராந்தியங்களில் மேலாதிக்கத்தை நிறுவியதன் மூலம், மங்கோலியப் பிரதேசங்களின் பாதுகாப்பை உறுதி செய்தார். செங்கிஸ்கானின் தேசபக்தி உணர்வு அவரது தலைமையின் வரையறுக்கும் அம்சமாக இருந்தது. மங்கோலிய மக்களை ஒன்றிணைப்பது, அவர்களின் பாரம்பரியங்களைப் பாதுகாப்பது, அவர்களின் தாயகத்தைப் பாதுகாப்பது, விசுவாசத்தை வளர்ப்பது, ஒரு நிலையான சாம்ராஜ்ஜியத்தை நிறுவுவது, கூட்டணிகளை அமைப்பது, பாதுகாப்புக்காக ராணுவ சக்தியைப் பயன்படுத்துவது ஆகியவற்றில் அவரது அர்ப்பணிப்பு அனைத்தும் அவரது தேசத்தின் மீதான அவரது ஆழமான அன்பை எடுத்துக்காட்டுகின்றன. அவரது வெற்றிகளுக்கு அப்பால், செங்கிஸ்கானின் நடவடிக்கைகள் மங்கோலியத் தாயகம் அதன் மக்களின் நல்வாழ்வையும் செழிப்பையும் உறுதி செய்வதற்கான தீவிர விருப்பத்தால் வழிநடத்தப்பட்டன.

8. செங்கிஸ்கானின் உளவியல் அணுகுமுறை

செங்கிஸ்கானின் தலைமைத்துவத்திற்கான உளவியல் அணுகுமுறை ஒரு வெற்றியாளராகவும் ஆட்சியாளராகவும் அவரது வெற்றிக்கு ஒரு முக்கியக் காரணமாக இருந்தது. மனித இயல்பைப் புரிந்துகொள்வதற்கும், தன்னைப் பின்தொடர்பவர்களை ஊக்குவிப்பதற்கும், உளவியல் இயக்கவியலைக் கையாளுவதற்கும் அவரது திறன் ஒரு தலைவராக அவரது செயல்திறனுக்குப் பங்களித்தது. செங்கிஸ்கான் தனது செயல்கள், உத்திகள் மூலம், உளவியலைப் பற்றிய நுணுக்கமான புரிதலையும் விளைவுகளை வடிவமைப்பதில் அதன் பங்கையும் வெளிப்படுத்தினார்.

செங்கிஸ்கானின் மனித உளவியலைப் பற்றிய ஆழ்ந்த புரிதல் அவரது எதிரிகளின், கூட்டாளிகளின் நடத்தையைக் கணிக்கவும் கையாளவும் அனுமதித்தது. பயம், விசுவாசம், லட்சியம் போன்ற பல்வேறு உந்துதல்களால் தனிநபர்கள் உந்தப்படுகிறார்கள் என்பதை அவர் உணர்ந்தார், மேலும் அவர் தனது இலக்குகளை அடைய இந்த உந்துதல்களைப் பயன்படுத்தினார்.

செங்கிஸ்கான் பகிரப்பட்ட அடையாளம் சொந்த உணர்வுக்கு முக்கியத்துவம் அளித்தது அவரைப் பின்பற்றுபவர்களிடையே விசுவாசத்தையும் உந்துதலையும் வளர்த்தது. அவர் மங்கோலியப் பழங்குடிகளிடையே ஒரு வலுவான கூட்டு அடையாளத்தை வளர்த்தார். இது அவர்களை ஒரு பொதுவான நோக்கத்தின் கீழ் ஒன்றிணைத்தது. இந்த உளவியல் அணுகுமுறை பெரிய நோக்கத்திற்கான பெருமையையும் அர்ப்பணிப்பையும் உருவாக்கியது.

செங்கிஸ்கான் தனது பேரரசின் மீதான கட்டுப்பாட்டைத் தக்கவைக்கப் பயத்தையும் விசுவாசத்தையும் திறம்படப் பயன்படுத்தினார். தனது ஆட்சியை எதிர்த்தவர்களிடம் இரக்கமற்றவராக இருக்க முடிந்தாலும், விசுவாசத்தையும் ஒத்துழைப்பையும் அவர் பரிசளித்தார். இந்த உளவியல் கையாளுதல் அவரது குடிமக்களின், எதிரிகளின் நடத்தையை பாதித்தது.

போர்க்களத்தில் தனது செயல்கள் கதைகளில் அவரது சித்தரிப்பு ஆகியவற்றின் மூலம் ஒரு சக்திவாய்ந்த, வலிமையான தலைவர் என்ற தனது பிம்பத்தை அவர் கவனமாக வளர்த்துக் கொண்டார். இந்த உளவியல் அணுகுமுறை அவரது அதிகாரத்தையும் மரியாதையையும் அதிகரித்தது. செங்கிஸ்கானின் தகவல்தொடர்பு பாணி அவரது உளவியல் புத்திசாலித்தனத்தை வெளிப்படுத்தியது. தனது பார்வையாளர்களின் உளவியல் ஒப்பனையின் அடிப்படையில் அவர் தனது செய்திகளை மாற்றியமைத்தார். சாத்தியமான கூட்டாளிகளைக் கையாளும் போது அவர் இணக்கமாகவும், ராஜதந்திரமாகவும் இருக்க முடியும். அதே நேரத்தில், எதிர்ப்பை எதிர்கொள்ளும்போது அவர் வலிமையையும் தீர்க்கமான தன்மையையும் வெளிப்படுத்தினார்.

செங்கிஸ்கானின் பச்சாத்தாபம், மக்களின் உணர்வுகளைப் படிக்கும் திறன் ஒரு தலைவராக அவரது செயல்திறனுக்குப் பங்களித்தது. தன்னைப் பின்பற்றுபவர்களின் தேவைகளையும் கவலைகளையும் அவர் புரிந்துகொண்டார். இது முடிவுகளை எடுக்கவும் அவர்களின் விசுவாசத்தைப் பராமரிக்கவும் அவரை அனுமதித்தது. அவரது சமூக நுண்ணறிவு சிக்கலான நபர்களுக்கிடையேயான இயக்கவியலை வழிநடத்த அவருக்கு உதவியது.

செங்கிஸ்கான் தனது எதிரிகளின் மன உறுதியைப் பலவீனப்படுத்த உளவியல் போரைப் பயன்படுத்தினார். தனது எதிரிகளிடையே குழப்பத்தையும் உளவியல் துயரத்தையும் உருவாக்க உளவியல் அச்சுறுத்தல், திடீர் தாக்குதல்கள், தவறான தகவல்கள் போன்ற தந்திரங்களைப் பயன்படுத்தினார். இந்த அணுகுமுறை பெரும்பாலும் போர்க்களத்தில் அவரது படைகளுக்கு உளவியல் ரீதியான நன்மையைக் கொடுத்தது.

அமைதியான முறையில் சரணடைந்த பகுதிகளுக்குச் சுயாட்சி வழங்கி, பாதுகாப்பையும், ஸ்திரத்தன்மை உணர்வையும் ஊக்குவிப்பார். இந்த அணுகுமுறை பெரும்பாலும்

அதிகாரத்தின் மென்மையான மாற்றங்களுக்கும் எதிர்ப்பைக் குறைப்பதற்கும் வழிவகுத்தது. தலைமைத்துவத்திற்கான செங்கிஸ்கானின் உளவியல் அணுகுமுறை மனித இயல்பு, உந்துதல், உளவியல் இயக்கவியலின் கையாளுதல், பயம், விசுவாசத்தைப் பயன்படுத்துதல், நற்பெயரை நிர்வகித்தல், தகவமைப்பு தகவல்தொடர்பு, பச்சாத்தாபம், சமூக நுண்ணறிவு, உளவியல் போர் ஆகியவற்றைப் பற்றிய ஆழமான புரிதலை உள்ளடக்கியது.

மனித உளவியலின் நுணுக்கங்களை வழிநடத்தும் அவரது திறன் அவரது விதிவிலக்கான தலைமைக்கும் ஒரு வெற்றியாளராகவும் ஆட்சியாளராகவும் நீடித்த பாரம்பரியத்திற்கும் பங்களித்தது.

செங்கிஸ்கானின் மனநிலை மேலாதிக்கத்திற்கான அவரது விருப்பத்தால் கட்டமைக்கப்பட்டது. அவரது வெற்றிகள் மங்கோலியப் பேரரசின் விரிவாக்கத்தை வடிவமைப்பதில் குறிப்பிடத்தக்கப் பங்கைக் கொண்டிருந்தது. அவரது லட்சியம் உறுதியின் பிரதிபலிப்பாகப் பார்க்கப்பட்டாலும், அது அவரது ராஜ்ஜியம் முழுவதும் ஸ்திரத்தன்மையையும் பாதுகாப்பையும் நிறுவுவதற்கான அவரது முயற்சிகளை அடிக்கோடிட்டுக் காட்டுகிறது. அவரது மனப் போக்குகளை ஆராய்ந்தால் அவரது தலைமைத்துவப் பாணி, அவர் பயன்படுத்திய உத்திகள் பற்றிய தகவல்களை நமக்கு அவை வழங்கும்.

செங்கிஸ்கானின் தணியாத வெற்றி வேட்கை அவரது பொசஸிவிட்டி மனநிலையிலிருந்து உருவானது. பரந்து விரிந்த நிலப்பரப்புகள் ஆட்சி செய்ய உரிமையானவை என்ற நம்பிக்கையால் உந்தப்பட்டு, அவற்றின் மீது கட்டுப்பாட்டைச் செலுத்த அவர் முயன்றார். அவரது படையெடுப்புகள் நிலங்களையும் மக்களையும் அடிமைப்படுத்துவதை நோக்கமாகக் கொண்டிருந்தன. பல்வேறு பிராந்தியங்களில் அவரது கட்டுப்பாட்டை உறுதிப்படுத்தின. செங்கிஸ்கானின் உடைமை அவரது அதிகாரத் தலைமை வரை நீட்டிக்கப்பட்டது. அவர் அதிகாரத்தைத் தனக்குள் மையப்படுத்தினார். நிர்வாகத்தின் மீதான கட்டுப்பாட்டைத் தக்க வைத்துக்கொள்வதை உறுதி செய்தார். இந்த மையப்படுத்தல் தனது பேரரசின் நிர்வாகத்தில் தனது பொசஸிவ் மனநிலையைப் பயன்படுத்த அவரை அனுமதித்தது.

செங்கிஸ்கானின் உடைமைத்தன்மை வளங்களைத் திரட்டுவதிலும் விரிவடைந்தது. அவர் தன் படையெடுப்புகளிலிருந்து செல்வத்தையும், ஆள்பலத்தையும்

குவிக்க முயன்றார். இந்த அணுகுமுறை அவரது தனிப்பட்ட சக்தியை அதிகரித்தது மட்டுமல்லாமல், அவரது செல்வாக்கை மேலும் விரிவுபடுத்துவதற்கும் அவரது பதவியைப் பாதுகாப்பதற்கும் வழிவகைகளை வழங்கியது. செங்கிஸ்கானின் மனநிலை அவரது ஆதரவாளர்களின் விசுவாசத்திற்கான அவரது விருப்பத்தை உள்ளடக்கியது. வெகுமதிகள், பயம், சொந்த உணர்வு ஆகியவற்றின் கலவையின் மூலம் விசுவாசத்தை வளர்த்து.

அவர் தனது உள் வட்டத்தின் மீது கடுமையான கட்டுப்பாட்டை வைத்திருந்தார். இந்தப் பிடிவாதம் ஓர் ஐக்கிய முன்னணியை உறுதி செய்தது. உள் கருத்து வேறுபாடுகளுக்கான சாத்தியத்தைக் குறைத்தது. செங்கிஸ்கானின் உடைமைத்தன்மை அவரது வாரிசுகள் மூலம் ஒரு நீடித்த பாரம்பரியத்தை நிறுவுவதற்கான அவரது விருப்பத்திற்கு விரிவடைந்தது. தனது பரம்பரையின் தொடர்ச்சியையும் தனது சாம்ராஜ்ஜியத்தைப் பாதுகாப்பதையும் உறுதி செய்வதற்காக அவர் தனது சந்ததியினரிடையே திருமணங்களையும் கூட்டணிகளையும் ஏற்பாடு செய்தார். அவரது ஆட்சியின் எதிர்காலத்தைப் பாதுகாப்பதை நோக்கமாகக் கொண்டது இந்த அணுகுமுறை.

செங்கிஸ்கானின் சொந்தத்தன்மை வர்த்தகப் பாதைகள், பொருளாதார வளங்கள் மீதான அவரது கட்டுப்பாட்டில் தெளிவாகத் தெரிந்தது. பட்டுப்பாதையில் மேலாதிக்கத்தை நிறுவியதன் மூலமும், லாபகரமான வர்த்தக வழிகளைக் கட்டுப்படுத்துவதன் மூலமும், அவர் பொருளாதார பரிமாற்றங்களில் ஒரு பிடியைத் தக்கவைத்துக் கொண்டார். பிராந்திய வர்த்தகத்தில் ஒரு மேலாதிக்க வீரராகத் தனது நிலையை உறுதிப்படுத்தினார். செங்கிஸ்கானின் மனோபாவம் விரிவாக்க முயற்சிகளுடன் நின்றுவிடவில்லை. சாத்தியமான அச்சுறுத்தல்களுக்கு எதிராகத் தனது பேரரசைப் பாதுகாப்பதிலும், எல்லைகளை வலுப்படுத்துவதிலும், வலுவான ராணுவ இருப்பைப் பராமரிப்பதிலும் அவர் கவனம் செலுத்தினார். இந்த அணுகுமுறை தனது உடைமைகளை வெளிப்புறச் சக்திகளிடமிருந்து பாதுகாக்கும் அவரது உறுதிப்பாட்டை பிரதிபலித்தது.

செங்கிஸ்கானின் மனநிலை உள்கட்டமைப்பு மேம்பாடு, நிர்வாக கட்டுப்பாடு வரை நீட்டிக்கப்பட்டது. பரந்த நிலப்பரப்பில் தனது அதிகாரத்தை எளிதாக்குவதற்காகச் சாலைகள், நகரங்கள், நிர்வாக மையங்களின் வலையமைப்பை

அவர் நிறுவினார். திறமையான நிர்வாகம், தகவல் தொடர்புக்கு இந்த அணுகுமுறை அனுமதித்தது. செங்கிஸ்கானின் மனநிலை கட்டுப்படுத்தவும் ஆதிக்கம் செலுத்தவும் அவரது லட்சியத்துடன் ஆழமாகப் பின்னிப் பிணைந்திருந்தது. அவரது பிராந்திய விரிவாக்கம், மையப்படுத்தப்பட்ட அதிகாரம், வள ஒருங்கிணைப்பு, விசுவாசத்தின் மீதான கட்டுப்பாடு, பாரம்பரிய திட்டமிடல், வர்த்தகத்தின் மீதான கோட்டை, தற்காப்பு நடவடிக்கைகள், உள்கட்டமைப்பு மேம்பாடு அனைத்தும் அவரது உடைமை அணுகுமுறையைப் பிரதிபலித்தன.

மனநிலை லட்சியத்தால் உந்தப்பட்டதாகத் தோன்றினாலும் அது அவரது பரந்த சாம்ராஜ்ஜியத்தின் மீது ஸ்திரத்தன்மை, பாதுகாப்பு, நீடித்த செல்வாக்கை நிறுவுவதற்கான ஒரு வழிமுறையாகவும் செயல்பட்டது.

9. வெற்றியின் கருணை முகம்

செங்கிஸ்கானின் ராணுவ வலிமை, விரிவாக்கவாத நோக்கங்கள் நன்கு ஆவணப்படுத்தப்பட்டிருந்தாலும், அவர் ஓர் அன்பான, இரக்கமுள்ள பக்கத்தையும் கொண்டிருந்தார் என்பதற்கான சான்றுகள் உள்ளன. அவை பல்வேறு வழிகளில் வெளிப்பட்டன. அவரது கருணைச் செயல்களை ஆராய்வது அவரது தலைமைத்துவப் பாணி குணாதிசயங்களைப் பற்றிய மிகவும் நுணுக்கமான புரிதலை நமக்கு வழங்குகிறது.

ஒரு வெற்றியாளரின் கொடூரமான பிம்பத்திற்கு மாறாக, செங்கிஸ்கான் பெரும்பாலும் சரணடைந்த எதிரிகளிடம் இரக்கத்தை வெளிப்படுத்தினார். எதிர்ப்பு இல்லாமல் நகரங்கள் சரணடைந்த சந்தர்ப்பங்களில், அவர் மென்மையானவராக இருக்கலாம், உயிர்களைக் காப்பாற்றலாம், குடியிருப்பாளர்கள் தங்கள் வாழ்க்கை முறையைத் தொடர அனுமதிக்கலாம். இந்த அணுகுமுறை அவரது இரக்கத்தையும் வெற்றியின் மத்தியில் இரக்கத்தைக் காட்டுவதற்கான விருப்பத்தையும் வெளிப்படுத்தியது.

செங்கிஸ்கானின் ஆட்சி அணுகுமுறை உள்ளடக்கம் சகிப்புத்தன்மை மூலம் கருணையைப் பிரதிபலித்தது. பண்பாட்டுப் பன்முகத்தன்மையைத் தழுவி, மதச் சுதந்திரத்தை அனுமதித்து. வென்ற மக்களுக்குச் சொந்தம் என்ற உணர்வை உருவாக்கினார். இந்தக் கருணை அணுகுமுறை அவரது பேரரசின் ஸ்திரத்தன்மைக்கும் அதன் குடியிருப்பாளர்களின் நல்வாழ்விற்கும் பங்களித்தது.

கைவினைஞர்கள், வணிகர்களுக்கு செங்கிஸ்கான் அளித்த ஆதரவு அவரது கருணைக்கு எடுத்துக்காட்டு. பொருளாதார செழிப்பு, கலாசாரப் பரிமாற்றத்தின் முக்கியத்துவத்தை அவர் அங்கீகரித்தார். பெரும்பாலும் கைவினைஞர்கள் வணிகர்களுக்குச் சலுகைகளை வழங்கினார். இந்த அணுகுமுறை வணிகக் கலை முயற்சிகளின் வளர்ச்சியை ஊக்குவித்தது. இது அவரது குடிமக்களுக்கும் பேரரசுக்கும் பயனளித்தது.

செங்கிஸ்கானின் கருணை தனது மக்கள் நலனில் அவருக்கு இருந்த அக்கறையை விரிவுபடுத்தியது. பஞ்ச காலங்களில் தனது குடிமக்களுக்கு வழங்குவதற்கான கொள்கைகளைச் செயல்படுத்தினார் அவர்களின் அடிப்படைத் தேவைகள் பூர்த்தி செய்யப்படுவதை உறுதி செய்தார். அவர்களின் நலனில் இந்த அக்கறை அவரது இரக்கமுள்ள தலைமையை வெளிப்படுத்தியது. செங்கிஸ்கான் தனது மக்களின் வாழ்க்கையை மேம்படுத்துவதை நோக்கமாகக் கொண்ட சமூகச் சீர்திருத்தங்களை அறிமுகப்படுத்தினார். அவர் பிரபுத்துவச் சலுகைகளை ஒழித்து, சமூக வர்க்கங்களுக்கிடையிலான இடைவெளியைக் குறைத்து, மிகவும் சமத்துவமான சமூகத்தை ஊக்குவித்தார். இந்த அணுகுமுறை நிர்வாகம் குறித்த அவரது கனிவான அனுதாபமான கண்ணோட்டத்தைப் பிரதிபலித்தது.

செங்கிஸ்கான் தனது வெற்றிகளில், தனது சீடர்களுக்குக் கொள்ளையடித்த பொருட்களை நியாயமான முறையில் பகிர்ந்தளிப்பதைக் கடைப்பிடித்தார். செல்வமும் வெகுமதிகளும் சமமாக பகிர்ந்து கொள்ளப்படுவதை அவர் உறுதி செய்தார். இது தனது வீரர்களிடையே விசுவாச உணர்வை வலுப்படுத்தியது. இந்த அணுகுமுறை அவர்களின் பங்களிப்புகளை அங்கீகரிப்பதிலும் மதிப்பிடுவதிலும் அவரது கருணையையும் நேர்மையையும் நிரூபித்தது. இயற்கைப் பேரழிவுகளுக்குச் செங்கிஸ்கானின் பதில் அவரது கருணை மனநிலையை வெளிப்படுத்தியது. அவர் அடிக்கடி பாதிக்கப்பட்டப் பகுதிகளுக்கு மனிதாபிமான உதவிகளை வழங்கினார். வளங்களை விநியோகித்தார் தேவைப்படுபவர்களுக்கு ஆதரவை வழங்கினார். இந்த இரக்கமுள்ள பதில் தனது குடிமக்களின் நல்வாழ்வில் அவர் கொண்டிருந்த அக்கறையை எடுத்துக்காட்டியது.

செங்கிஸ்கானின் கருணை வழிகாட்டுதல் தனது மக்களுக்கான கல்வி வரை நீட்டிக்கப்பட்டது. அறிவின் முக்கியத்துவத்தை

உணர்ந்த அவர், அறிஞர்கள் சிந்தனையாளர்களின் ஆலோசனையை அடிக்கடி நாடினார். இந்த அணுகுமுறை கற்றுக்கொள்வதற்கான அவரது விருப்பத்தையும் அறிவார்ந்த பங்களிப்புகள் மீதான அவரது பாராட்டையும் வெளிப்படுத்தியது. செங்கிஸ்கானின் கருணை மனப்பான்மை அவரது தலைமையின் குறைவாக அறியப்பட்டதானாலும் முக்கியமான அம்சமாகும். வெற்றியில் இரக்கம், உள்வாங்குதல், கைவினைஞர்களுக்கு ஆதரவு, மக்கள் நலனில் அக்கறை, சமூக சீர்திருத்தம், சொத்துகளை நியாயமாக பகிர்ந்தளித்தல், மனிதாபிமான உதவி, கல்வி மீதான அர்ப்பணிப்பு ஆகியவை அவரது கருணை அணுகுமுறையை நிரூபிக்கின்றன.

செங்கிஸ்கானின் இந்தக் கனிவான பக்கம், அவரது பண்பு, தலைமைத்துவ பாணியைப் பற்றிய விரிவான புரிதலை வழங்குகிறது. இது ஒரு வெற்றியாளராகவும் ஆட்சியாளராகவும் அவரது பன்முகத்தன்மையை எடுத்துக்காட்டுகிறது.

10. செங்கிஸ்கானின் ராணுவம்

ராணுவம் அவரது மைய அம்சமாகும். அது அளவு, ஒழுக்கம், வலிமைக்குப் பெயர் பெற்றது. தனது படைகளை ஒருங்கிணைக்கும், பயிற்றுவிக்கும் அவரது திறன் ஒரு வெற்றியாளராக அவரது வெற்றியில் முக்கியப் பங்கு வகித்தது. செங்கிஸ்கானின் ராணுவத்தின் பண்புகள், அளவு, சக்தி, ஒருங்கிணைப்பு, பயிற்சி முறைகளை ஆராய்வது அவரது ராணுவ மேதைமை பற்றிய தகவல்களை வழங்குகிறது.

செங்கிஸ்கானின் ராணுவம் அதன் பன்முகத்தன்மை, தகவமைப்பு விசுவாசத்திற்குப் பெயர் பெற்றது. இது பல்வேறு மங்கோலியப் பழங்குடிகளைச் சேர்ந்த திறமையான போர்வீரர்களைக் கொண்டிருந்தது. அவர்கள் ஒரு பொதுவான இலக்கின் கீழ் ஒன்றிணைந்தனர். இவரது படைகள் குதிரைத்திறன், வில்வித்தை விரைவான சூழ்ச்சி ஆகியவற்றிற்குப் பெயர் பெற்றவை. இது போர்க்களத்தில் அவர்களுக்கு ஒரு தனித்துவமான நன்மையை வழங்கியது.

செங்கிஸ்கானது ராணுவத்தின் அளவு காலப்போக்கில் படையெடுப்புகளில் வேறுபட்டது. இது உச்ச காலங்களில் பல்லாயிரக்கணக்கான வீரர்கள் முதல் சுமார் 100,000 வீரர்கள் வரை இருந்ததாக மதிப்பீடுகள் தெரிவிக்கின்றன. இந்த வலிமையான படை அவரை பரந்த நிலப்பரப்பில் கட்டுப்பாட்டைச் செலுத்தவும், பல முனைகளில் ஒரே நேரத்தில் படையெடுப்புகளில் ஈடுபடவும் அனுமதித்தது.

செங்கிஸ்கானின் ராணுவம் ஒருங்கிணைப்பு தகவல்தொடர்பு ஆகியவற்றில் சிறந்து விளங்கியது, புதுமையான உத்திகளின் உதவியுடன். அவர் 'யாம்' என்று அழைக்கப்படும் ரிலே நிலையங்களின் அமைப்பை நிறுவினார். இது செய்திகளை நீண்ட தூரங்களில் விரைவாக அனுப்ப அனுமதித்தது. இந்த ஒருங்கிணைப்பு விரைவான முடிவு எடுப்பதற்கு உதவியது.

செங்கிஸ்கானின் ராணுவம் அதன் கடுமையான பயிற்சிம் ஒழுக்கத்திற்கும் பெயர் பெற்றது. வில்வித்தை, குதிரையேற்றம், நெருக்கமான போர் ஆகியவற்றில் தங்கள் திறமைகளை வளர்த்துக் கொண்டு, சிறு வயதிலிருந்தே வீரர்கள் தீவிரப் பயிற்சி பெற்றனர். விசுவாசம், கீழ்ப்படிதல், தலைமைக்கு மரியாதை ஆகியவற்றை வலியுறுத்தும் நடத்தை விதிகளின் மூலம் ஒழுக்கம் அமல்படுத்தப்பட்டது.

செங்கிஸ்கானின் ராணுவம் புதுமையான உத்திகள், போர்க்களத் தந்திரங்களின் கலவையைப் பயன்படுத்தியது. அவர்கள் தசம அடிப்படையிலான நிறுவன கட்டமைப்பைப் பயன்படுத்தினர். இது நெகிழ்வுத்தன்மையையும் தகவமைப்பையும் வழங்கியது. எதிரிப் படைகளைத் திரும்பிப் பார்க்கவும் தாக்கவும் மட்டுமே அவர்களைப் பின்தொடரச் செய்யும் 'பாசாங்குத்தனமான பின்வாங்குதல்' தந்திரம் அவர்களின் ராணுவ அணுகுமுறையின் அடையாளமாக இருந்தது.

செங்கிஸ்கானின் ராணுவம் எதிரிகளை அழிக்கவும், விரக்தியடையவும் உளவியல் போரை மேற்கொண்டது. தங்கள் எண்ணிக்கையை மறைக்கப் பரந்த தூசி மேகங்களை உருவாக்குவது, திடீர் தாக்குதல்களை நடத்துவது, எதிரிகளின் பயத்தையும் குழப்பத்தையும் சுரண்டும் உத்திகளைப் பயன்படுத்துவது போன்ற தந்திரங்களைப் பயன்படுத்தினர். செங்கிஸ்கானின் ராணுவம் நிலப்பரப்பைத் தங்களுக்குச் சாதகமாகப் பயன்படுத்துவதில் கைதேர்ந்தது. அவர்கள் கடினமான நிலப்பரப்புகளை வழிநடத்தலாம். பாதுகாப்பிற்காக இயற்கை தடைகளைப் பயன்படுத்தலாம். நிலைப்படுத்தலுக்குப் புவியியல் அம்சங்களைப் பயன்படுத்தலாம். இந்தத் தகவமைப்பு வெவ்வேறு சூழ்நிலைகளுக்கு ஏற்ப தந்திரங்களை மாற்றியமைக்கும் அவர்களின் திறனை வெளிப்படுத்தியது.

செங்கிஸ்கானின் ராணுவம் தொடர்ச்சியான பயிற்சிகளை மேற்கொண்டது. வீரர்கள் பல்வேறு சூழ்நிலைகளில் பயிற்சி செய்தனர். பல்வேறு போர்க்களச் சூழ்நிலைகளுக்கு அவர்கள் தயாராக இருப்பதை உறுதி செய்தனர். பயிற்சி தொடர்ச்சியான

மேம்பாட்டிற்கான இந்த முக்கியத்துவம் ராணுவத்தின் செயல்திறனுக்கும், பன்முகத்தன்மைக்கும் பங்களித்தது.

செங்கிஸ்கானின் ராணுவம் கைப்பற்றப்பட்ட பகுதிகளிலிருந்து வீரர்களையும் திறமையான நபர்களையும் இணைத்தது. இந்த அணுகுமுறை அவர்களின் திறன்கள், அறிவின் பன்முகத்தன்மையை மேம்படுத்தியது. ராணுவத்தின் ஒட்டுமொத்த வலிமைக்கு பங்களித்தது. செங்கிஸ்கானின் ராணுவம் அதன் பன்முகத்தன்மை, ஒருங்கிணைப்பு, ஒழுக்கம், தகவமைப்பு, வலிமை ஆகியவற்றால் வகைப்படுத்தப்பட்டது. அவரது படைகளின் அளவும் சக்தியும் அவரைப் பரந்த பகுதிகளைக் கைப்பற்ற அனுமதித்தது. அவரது புதுமையான பயிற்சி முறைகள், தந்திரங்கள் போர்க்களத்தில் அவற்றின் செயல்திறனை உறுதி செய்தன. செங்கிஸ்கானின் ராணுவ மேதைமை, அவரது தலைமைப் பார்வையுடன் இணைந்து, வரலாற்றின் மிகவும் வலிமையான பேரரசுகளில் ஒன்றை உருவாக்க வழிவகுத்தது.

11. செங்கிஸ்கானின் குவாரெஸ்மியப் படையெடுப்பு

13ம் நூற்றாண்டின் தொடக்கத்தில் குவாரெஸ்மியப் பேரரசு (தற்காலத்தின் மத்திய ஆசியா, ஆப்கானிஸ்தான், ஈரான் உள்ளிட்ட பகுதிகளை நாடு) ஷா அலாவுதின் முகமதுவால் ஆளப்பட்டது. செங்கிஸ்கான் பட்டுப்பாதை வழியாக இப்பகுதியில் வணிகம் செய்ய விரும்பினார். ஆகவே அப்பகுதிக்கு வணிகர்கள், தொழிலாளர்கள் என ஐந்நூறு பேர் அடங்கிய குழுவை அனுப்பினார். ஆனால் எல்லைப் பகுதிகளில் இருக்கும் ஆட்சியாளர்கள் அவர்களை ஒற்றர்கள் எனக் கருதி வணிகர்களைக் கைது செய்து அவர்கள் கொண்டுவந்த பொருட்களையும் கைப்பற்றினர். இதனை அறிந்த செங்கிஸ்கான் ஷாவை நேரடியாகச் சந்தித்துப் பேசுவதற்காக மூன்று தூதர்களை அனுப்பினார். ஷா அலாவுதின் மூன்று தூதுவர்களையும் கடும் சித்திரவதைக்கு உள்ளாக்கி அவர்களில் ஒருவனைக் கொன்று அவனது வெட்டியெடுக்கப்பட்ட தலையை மற்ற இருவரிடமும் கொடுத்து செங்கிஸ்கானிடம் திருப்பி அனுப்பினான்.

இதனால் கடும் கோபமுற்ற செங்கிஸ்கான் ‘போருக்குத் தயாராகு’ என்று ஷாவுக்கு செய்தி அனுப்பினார். இச்செய்தியைக் கண்ட ஷா பதிலுக்கு ‘உன் ஆட்களுக்கு ஏற்பட்ட கதிதான் உனக்கும் ஏற்படும். தாராளமாக வா’ என்று பதில் அனுப்பினார். செங்கிஸ்கான், ஷாவின் அகங்காரத்தை ஒழித்து அவனுக்குப் பாடம் கற்பிக்க வேண்டும் என உறுதி எடுத்தார். உடனே தன்னிடமுள்ள திறமையான ஒற்றர்களைப் பயன்படுத்தி குவாரெஸ்மியப் பேரரசு பற்றிய அனைத்துத் தகவல்களையும் சேகரித்தார்.

போருக்கான தளவாடங்கள் அனைத்தையும் விரைவாகத் தயார் செய்யும்படி தனது வீரர்களுக்குக் கட்டளையிட்டார். சுமார் 1,00,000 படைவீரர்களுடன் தனது முக்கியத் தளபதிகள், தனது மகன்கள் அடங்கிய ஒரு மாபெரும் படையுடன் குவாரெஸ்மியாவுக்கு புறப்பட்டார். ஒவ்வொரு மங்கோலிய வீரனும் நான்கு குதிரைகளுடன் பயணித்தனர். ஒரு குதிரை களைப்படைந்தால் மற்றொரு குதிரையை என மாற்றி மாற்றிப் பயணம் செய்தனர்.

செங்கிஸ்கானின் படைகள் உணவு, நீர், மாறும் காலநிலைக்கு ஏற்ற உடைகள் அனைத்துடன் சென்றனர். பயணத்தின்போது உலர்த்தப்பட்ட ஆட்டுக்கறியைக் குதிரையின் சேணத்திற்குக் கீழ் வைத்துவிடுவர். பயணம் செய்யச் செய்ய அவர்கள் உடல் எடையால் கறி அழுத்தி மிருதுவாகிவிடும். அதைப் பதப்படுத்தி உணவாக உட்கொள்வார்கள். மங்கோலியக் குதிரைகள் குளிருக்கு ஏற்ப மாற்றிக்கொள்ளக்கூடியவை என்றாலும் பயணம் முடிவதற்குள் குளிர் காரணமாக ஏராளமான குதிரைகளும் சில வீரர்களும் இறந்தனர். மங்கோலியர்கள் அப்போதே பீரங்கிகளைத் தயாரித்ததாக கூறப்படுகிறது. அதன் பாகங்களைப் பிரித்து யாக் எருமைகள் மற்றும் ஒட்டகங்கள் மேல் இந்தப் போருக்காக ஏற்றிச் சென்றனர். பல ஆறுகள், கடுமையான பாதைகள் என மங்கோலியர்களுக்கு இந்தப் பயணம் கடுமையாக இருந்தது.

ஷா அலாவுதின் குவாரெஸ்மியவின் கிழக்குப் பகுதியில் செங்கிஸ்கானின் படைகளை எதிர்நோக்கிக் காத்திருந்தார். இந்தக் கடும் பயணத்தில் மங்கோலியர்கள் களைத்திருப்பார்கள், ஆகவே அவர்களை எளிதாக வீழ்த்திவிடலாம் என்ற திட்டத்துடன் காத்திருந்தார் ஷா.

குவாரெஸ்மிய பகுதியான தியான் சான் மலைகளைக் கடந்ததும் செங்கிஸ்கான் தன்னுடைய படைகளை மூன்றாக பிரித்தார். அவரது மகன் ஜூச்சி முதல் படையுடன் குவாரெஸ்மியாவின் வடகிழக்குப் பகுதியை நோக்கி சென்றார். அவரது தளபதி இரண்டாவது படையுடன் தென்கிழக்குப் பகுதியான சமர்கந்தின் மேல் தாக்குதலை நடத்தினர். மூன்றாவது படை செங்கிஸ்கானின் தலைமையில் மேற்கு பகுதியைத் தாக்கியது. தளபதியின் இரண்டாவது படையுடன் மோத ஷா ஒரு பெரும்படையை அனுப்பினார். அதே சமயம் செங்கிஸ்கான் மேற்குப் பகுதியைத் தீக்கிரையாக்கினார்.

அக்காலத்தில் எந்த ராணுவமும் கடக்காத, கடக்க முடியாத 3,200 கி.மீ. தொலைவிற்குப் பாலைவனம், மலைகள் மற்றும் புல்வெளி வழியாகப் பெரும்படையை செங்கிஸ்கான் வழிநடத்தினார். அப்பகுதி நாடோடிகளுடன் நட்புக்கொண்டு வழியறிந்து செங்கிஸ்கான் அப்பகுதிகளைக் கடந்தார். மரங்களைக் கொண்டு மங்கோலியர்கள் ஏணிகள், முற்றுகை இயந்திரங்கள் மற்றும் பிற தாக்குதல் கருவிகளை உருவாக்கினர். மேற்கில் செங்கிஸ்கான், கிழக்கில் அவரது மகன்கள், தெற்கில் அவரது தளபதி செபே என நான்கு திசைகளிலும் சுற்றி வளைக்கப்பட்டார் ஷா.

ஷாவின் படைகள் சிறுசிறு குழுக்களாகப் பிரிந்து ஒவ்வொரு பகுதியிலும் போரிட்டது. அவர்கள் செங்கிஸ்கானின் படைகளை எதிர்க்க முடியாமல் திணறினர். மங்கோலிய ராணுவம் நெடுந்தூரப் பயணம் காரணமாகக் களைத்திருந்தாலும் தங்களது போர்த் தந்திரங்கள் மூலமாக குவாரெஸ்மிய நகரைக் கைப்பற்றியது. செங்கிஸ்கான் அந்நாட்டு வீரர்கள் அனைவரையும் கொல்ல உத்தரவிட்டார். மக்கள் பலர் அடிமைப்படுத்தப்பட்டனர். எதிர்த்தவர்கள், அடி பணியாதவர்களின் காதுகள் மற்றும் கண்களில், காய்ச்சிய வெள்ளி ஊற்றப்பட்டு சித்திரவதை செய்யப்பட்டனர்.

போரின் முடிவில் ஷா தப்பிச் சென்றார். ஷாவை பிடிக்க 20,000 வீரர்களை அனுப்பினார் செங்கிஸ்கான். பல மாதங்களுக்குப் பிறகு ஷா ஒரு சிறு தீவில் மர்மமான முறையில் இறந்துகிடந்தார்.

இந்தப் படையெடுப்பில் மங்கோலிய வெற்றியானது கடுமையான வகையில் ஈவு இரக்கமற்றதாக இருந்தது. செங்கிஸ்கான் அரச கட்டடங்களை மட்டுமின்றி ஊர்கள், மக்கள், விளைநிலங்கள் என அனைத்தையும் அழித்தார்.

அதன் பின்னர் மங்கோலியர்கள் சமர்கந்தைத் தாக்கினர். சமர்கந்தில் ஆயுதத்தைக் கையில் எடுத்த ஒவ்வொரு எதிரி வீரனும் கொல்லப்பட்டான். சமர்கந்தின் மக்கள் ஒரு சமவெளியில் கூட்டப்பட்டு அங்கு அவர்கள் கொல்லப்பட்டனர். அவர்களின் தலைகள் பிரமிடுகளாக அடுக்கப்பட்டன.

இதன் பின்னர் செங்கிஸ்கானின் படைகள் புகாராவுக்கு செல்லும் வழியில் எதிர்ப்பட்ட சிறு நகரங்களைத் தாக்கினர். தாக்கப்பட்ட மக்கள் புகாராவுக்கு அகதிகளாக ஓடி மங்கோலியர்கள் பற்றிய பயத்தை அதிகப்படுத்தினர். புகாராவில் இருந்த சுமார் 20,000 வீரர்கள் மங்கோலிய

ராணுவம் வருவதற்குள் தப்பித்துவிடலாம் என்று நினைத்து ஓடினர். புகாரா பாதுகாப்பின்றி மங்கோலியர் வசமானது. கோட்டையில் இருந்தவர்கள் கொல்லப்பட்டனர். கலைஞர்களும் கைவினைஞர்களும் அடிமைகளாக்கப்பட்டனர். இளைஞர்கள் மங்கோலியா ராணுவத்தில் கட்டாயா பணியில் சேர்த்துக்கொள்ளப்பட்டனர்.

மங்கோலிய வீரர்கள் நகரைச் சூறையாடினர். பெரும்பான்மையான நகரம் தீக்கிரையாக்கப்பட்டது. வழக்கமாக செங்கிஸ்கான் தான் வென்ற எந்த நகரத்துக்குள்ளும் நுழையமாட்டார். நகரம் வெல்லப்பட்டதும் அதைத் தன் படைவீரர்களிடம் ஒப்படைத்துவிட்டுச் சென்றுவிடுவார். ஆனால் அவர் புகாரா நகரத்துக்குள் முதன்முதலில் நுழைந்தார். அங்கிருந்த பெரிய கட்டடமான கலோன் தூபிப் பள்ளிவாசலைப் பார்த்தார். மற்ற கட்டடங்கள் அழிக்கப்பட்டபோதும் உயர்ந்த அந்தத் தூபியை மட்டும் எதுவும் செய்ய வேண்டாம் என்று செங்கிஸ்கான் கூறினார். இதன் காரணமாக அத்தூபி இன்றும் நிலைத்து நிற்கிறது.

இந்தப்போரில் அடிமைப்படுத்தப்பட்ட கலைஞர்கள் மங்கோலியாவுக்கு அனுப்பப்பட்டனர். இளம் பெண்கள் மங்கோலிய வீரர்களுக்கு அடிமைகளாக ஆனார்கள். எஞ்சிய மக்கள் படுகொலை செய்யப்பட்டனர். இப்போரில் பன்னிரண்டு லட்சம் மக்கள் கொல்லப்பட்டதாக வரலாற்றுக் குறிப்புகள் காணப்படுகிறது.

மனித வரலாற்றில் மிகவும் கொடூரமான போராக இந்தப் படையெடுப்பு கருதப்படுகிறது. செங்கிஸ்கானின் தலைமையிலான மங்கோலியப்படைகளை எதிர்த்து எந்த ஆட்சியாளராலும் தாக்குப்பிடிக்க முடியவில்லை. அவர்களது கோட்டையும் கைப்பற்றப்படாமல் தப்பவில்லை. யாராலும் மங்கோலிய ராணுவத்தைத் தடுக்கவோ கட்டுப்படுத்தவோ முடியவில்லை.

மிக உயரமான இரு புத்தர் சிலைகளைக் கொண்ட ஆப்கானிஸ்தான் நகரமான பாமியானில் நடைபெற்ற போரில் செங்கிஸ்கானின் பேரன் முத்துகன் உயிரிழந்தான். அந்தக் கோபத்தை மங்கோலியப் படைகள் போரில் காண்பித்தனர். வளமான அப்பகுதி பாலைவனமானது. மங்கோலியத் தாக்குதலுக்கு உண்டான அந்த இடம் இன்றும் ‘சபிக்கப்பட்ட பகுதி’ என்று அழைக்கப்படுகிறது.

ஆப்கானிஸ்தான் முதல் பாரசீகப் பாலைவனம் வரை உள்ள பகுதிகள் மங்கோலியத் தாக்குதலுக்கு உள்ளாயின. ஒரு மங்கோலியக் குதிரைவீரன் தனி ஆளாக ஒரு கிராமத்திற்குச் சென்று பலரைக் கொன்றுவிட்டு அவர்களுடைய மாடுகளை ஓட்டிச் செல்லலாம். ஒருவர் கூட எதிர்க்க மாட்டார்கள். அந்த அளவிற்கு எதிர்ப்பதற்கான சக்தியை மக்கள் இழந்திருந்தனர்.

குவாரெஸ்மிய போருக்குப் பின் செங்கிஸ்கான் பாரசீகம் மற்றும் ஆர்மீனியாவில் இருந்த படைகளுடன் மங்கோலியாவுக்குத் திரும்பினார். மங்கோலிய ராணுவம் இரண்டாகப் பிரிக்கப்பட்டது. முதல் ராணுவம் ஆப்கானிஸ்தான் மற்றும் வட இந்தியா வழியாக செங்கிஸ்கான் தலைமையில் மங்கோலியாவுக்கு சென்றது. மற்றொரு ராணுவம் 20,000 வீரர்களுடன் காக்கேசியா மற்றும் உருசியாவுக்குச் சென்றது. அவர்கள் ஆர்மீனியா மற்றும் அசர்பைஜான் வரை சென்று சார்சியா ராஜ்ஜியத்தைத் தோற்கடித்தனர்.

12. செல்வமும் சொத்துக் குவிப்பும்

செங்கிஸ்கானின் செல்வத்தைப் பற்றிய குறிப்பிட்ட புள்ளிவிவரங்கள் நன்கு ஆவணப்படுத்தப்படவில்லை என்றாலும், சொத்துகளைப் பெறுவதற்கான அவரது முறைகள் அவர் அதிகாரத்திற்கு உயர்ந்தது, மங்கோலியப் பேரரசின் அடித்தளம் பற்றிய தகவல்களை வழங்குகின்றன.

அவரது செல்வத்தின் கணிசமான பகுதி அவரது ராணுவ வெற்றிகளின் மூலமும், கொள்ளைகளிலிருந்தும் வந்தது. அவர் தனது பேரரசை விரிவுபடுத்தியபோது, தங்கம், வெள்ளி, விலைமதிப்பற்ற உலோகங்கள், ரத்தினங்கள், கால்நடைகள் விவசாயப் பொருட்கள் உள்ளிட்ட ஏராளமான மதிப்புமிக்க வளங்களைக் கைப்பற்றினார். வெற்றி பெற்ற பகுதிகள் அவருக்குக் கப்பம் செலுத்த வேண்டியிருந்தது. இது அவரது செல்வத்திற்கு மேலும் பங்களித்தது.

வர்த்தகப் பாதைகளைக் கட்டுப்படுத்துவதன் முக்கியத்துவத்தை செங்கிஸ்கான் உணர்ந்தார். குறிப்பாக, பட்டுப்பாதையில். இந்த வழிகளில் மேலாதிக்கத்தை நிறுவுவதன் மூலம், அவர் லாபகரமான வர்த்தகம், வணிகத்திற்கான அணுகலைப் பெற்றார். இது நிலையான வருமானத்தை வழங்கி அவரது பொருளாதார சக்தியை மேம்படுத்தியது. கைப்பற்றப்பட்ட பிரதேசங்கள் பெரும்பாலும் செங்கிஸ்கானின் பேரரசுக்கு அடிபணிதலின் அடையாளமாகக் கப்பம் செலுத்த வேண்டியிருந்தது.

இதில் மதிப்புமிக்க வளங்கள், கால்நடைகள், விவசாய விளைபொருட்கள் திறமையான கைவினைஞர்கள்கூட அடங்குவர். இது அவரது செல்வத்தை அதிகரித்து அவரது பேரரசின் பொருளாதார மேலாதிக்கத்தை நிரூபித்தன.

செங்கிஸ்கான் திறமையான வரிவிதிப்பு நிர்வாக முறைகளைச் செயல்படுத்தினார். இது அவரது பிராந்தியங்களிலிருந்து வருவாயை ஈட்ட அனுமதித்தது. இந்த வளங்கள் அவரது ராணுவப் படையெடுப்புகள், நிர்வாகம், உள்கட்டமைப்பு மேம்பாடு பிற முயற்சிகளுக்கு நிதியளிக்கப் பயன்படுத்தப்பட்டன. செங்கிஸ்கானின் பேரரசு வர்த்தகம், வணிகம் பொருளாதார வளர்ச்சியை ஊக்குவித்த அவரது பொருளாதாரக் கொள்கைகளால் பயனடைந்தது. வாணிபத்தில் இருந்த தடைகளை நீக்கி, பொருட்களின் கருத்துப் பரிமாற்றத்தை ஊக்குவித்து, பொருளாதார நடவடிக்கைகளுக்கு ஒரு நிலையான சூழலை ஏற்படுத்தினார். இது அவரது பேரரசின் செழிப்பிற்கும் செல்வக் குவிப்பிற்கும் பங்களித்தது.

செங்கிஸ்கான் ஒரு மையப்படுத்தப்பட்ட நிர்வாகத்தை நிறுவியது பயனுள்ள வள மேலாண்மைக்கு அனுமதிக்கப்பட்டது. பல்வேறு பிராந்தியங்களை மேற்பார்வையிடவும், வரிகள், கப்பங்களைத் திறம்பட வசூலிப்பதை உறுதி செய்யவும் விசுவாசமான அதிகாரிகளை அவர் நியமித்தார். இந்த மையப்படுத்தப்பட்ட அணுகுமுறை செல்வத்தின் குவிப்பை எளிதாக்கியது.

கைவினைஞர்களுக்குச் செங்கிஸ்கானின் ஆதரவு அவரது பேரரசின் கலாசாரப் பொருளாதார நிலப்பரப்பை வளப்படுத்தப் பங்களித்தது. சிக்கலான கலைப்படைப்புகள், ஜவுளிகள், நகைகள் பிற மதிப்புமிக்க பொருட்களை உருவாக்குவதை அவர் ஊக்குவித்தார். இது அவரது தனிப்பட்ட செல்வத்தையும் தனது பேரரசின் கருவூலத்தையும் சேர்த்தது. செங்கிஸ்கானின் அண்டை நாடுகளுடனான ராஜதந்திரம், வர்த்தக ஒப்பந்தங்கள் அவரது சொத்து குவிப்பில் ஒரு பங்கைக் கொண்டிருந்தன. இந்த உடன்படிக்கைகள் பெரும்பாலும் பொருளாதாரப் பரிமாற்றங்கள், வர்த்தக சலுகைகளுக்கான ஏற்பாடுகளை உள்ளடக்கியிருந்தன. இது அவரது பேரரசின் மதிப்புமிக்க வளங்களுக்கான அணுகலை அதிகரித்தது.

செங்கிஸ்கானின் செல்வம், சொத்து குவிப்பு, வெற்றி, வர்த்தகப் பாதைகள் மீதான கட்டுப்பாடு, கைப்பற்றப்பட்ட

பிரதேசங்களிலிருந்து கப்பம், திறமையான வரிவிதிப்பு, பொருளாதாரக் கொள்கைகள், மையப்படுத்தப்பட்ட நிர்வாகம், வள மேலாண்மை, கைவினைத்திறனை ஆதரித்தல் ராஜதந்திரம் உள்ளிட்ட காரணிகளின் கலவையாகும். பொருளாதார வளங்களுக்கானத் திட்டமிடல், புத்திசாலித்தனமான மேலாண்மை அவரது பேரரசின் செல்வத்தின் வளர்ச்சிக்குப் பங்களித்து, அவர் அதிகாரத்திற்கு வருவதற்கும், வெற்றியாளராகவும் ஆட்சியாளராகவும் அவரது நீடித்த பாரம்பரியத்திற்கும் முக்கியப் பங்கு வகித்தது.

13. செங்கிஸ்கானின் அரசியல் பார்வைகள்

செங்கிஸ்கானின் அரசியல் பார்வைகள் அவரது அனுபவங்கள், லட்சியங்கள் பரந்த மாறுபட்ட சாம்ராஜ்யத்தை வழிநடத்துவதற்கான சவால்களால் வடிவமைக்கப்பட்டன. அவரது கருத்துகள் நடைமுறைவாதம், உள்ளடக்கம், மையப்படுத்தல், ஸ்திரத்தன்மைக்கான அர்ப்பணிப்பு ஆகியவற்றின் கலவையைப் பிரதிபலித்தன. அவரது அரசியல் சித்தாந்தத்தை ஆராய்வது ஆட்சி குறித்த அவரது அணுகுமுறை, மங்கோலியப் பேரரசின் அடித்தளங்கள் பற்றிய தகவல்களை வழங்குகிறது.

செங்கிஸ்கானின் முதன்மையான அரசியல் குறிக்கோள்களில் ஒன்று மங்கோலியப் பழங்குடிகளை ஒருங்கிணைப்பதாகும். உள்நாட்டுப் பழங்குடி மோதல்கள் அவர்களின் கூட்டு வலிமையைப் பலவீனப்படுத்துகின்றன, வெளிப்புற அச்சுறுத்தல்களை எதிர்க்கும் திறனைத் தடுக்கின்றன என்பதை அவர் உணர்ந்தார். சவால்களை எதிர்கொள்ளக்கூடிய, பாதுகாப்பை வழங்கக்கூடிய ஓர் ஐக்கிய முன்னணியை உருவாக்குவதே அவரது பார்வையாக இருந்தது. செங்கிஸ்கான் அரசியல் அதிகாரத்தைத் திறம்பட்ட நிர்வாகம் செய்ய, ஸ்திரத்தன்மையை உறுதி செய்வதற்கான ஒரு வழிமுறையாக மையப்படுத்துவதை நம்பினார்.

அவர் கைப்பற்றிய பரந்த பிரதேசங்களின் மீது கட்டுப்பாட்டை செலுத்த அனுமதிக்கும் ஒரு நிர்வாக முறையை நிறுவினார். இந்த மையப்படுத்தல் விரைவான முடிவுகளை எடுக்கவும், சட்டங்களைச் செயல்படுத்தவும், வளங்களை திறமையாக நிர்வகிக்கவும் அவருக்கு உதவியது. செங்கிஸ்கானின் அரசியல் பார்வைகள் ஒரு தகுதிவாய்ந்த அணுகுமுறையால் வகைப்படுத்தப்பட்டன. அவர் தனிநபர்களை அவர்களின் சமூக அந்தஸ்து அல்லது பரம்பரையைவிட அவர்களின் திறன்கள், விசுவாசம், பங்களிப்புகளின் அடிப்படையில் ஊக்குவித்தார். இந்த உள்ளடக்கம் பல்வேறு பின்னணிகளைச் சேர்ந்த திறமையான நபர்களை அவரது நிர்வாகத்தின் அணிகளுக்குள் உயர அனுமதித்தது.

செங்கிஸ்கானின் அரசியல் சித்தாந்தம் தகவமைப்பு நடைமுறைவாதத்தால் குறிக்கப்பட்டது. தனது சாம்ராஜ்ஜியத்திற்குள் உள்ள வெவ்வேறு பிராந்தியங்கள் கலாசாரங்களுக்கு நிர்வாகத்திற்கு வெவ்வேறு அணுகுமுறைகள் தேவை என்பதை அவர் அங்கீகரித்தார். ஒவ்வொரு பகுதியின் தேவைகளுக்கும் மிகவும் பொருத்தமான நிர்வாக நடைமுறைகளை அவர் ஏற்றுக்கொண்டார். உள்ளூர் ஒத்துழைப்பை மேம்படுத்தினார். செங்கிஸ்கானின் அரசியல் கருத்துகள் மத சகிப்புத்தன்மை, கலாசாரப் பரிமாற்றத்தையும் வலியுறுத்தின. பன்முகத்தன்மையைத் தழுவுவது தனது குடிமக்களிடையே ஒற்றுமையையும் ஒத்துழைப்பையும் ஊக்குவிக்கும் என்பதை அவர் உணர்ந்தார். மதச் சுதந்திரத்தை அனுமதித்ததன் மூலமும், பட்டுப்பாதையில் கலாசாரப் பரிமாற்றத்தை ஊக்குவிப்பதன் மூலமும், தனிப்பட்ட அடையாளங்களை மதிக்கும் அதே நேரத்தில் ஒற்றுமை உணர்வை வளர்த்தார்.

செங்கிஸ்கானின் அரசியல் உத்திகளில் அவரது இலக்குகளை அடைய ராஜதந்திரக் கூட்டணிகளைப் பயன்படுத்துவது அடங்கும். எல்லைகளைப் பாதுகாக்கவும், அமைதியை உறுதிப்படுத்தவும், தனது செல்வாக்கை விரிவுபடுத்தவும் அண்டை நாடுகளுடனான கூட்டாண்மைகளை உருவாக்குவதன் முக்கியத்துவத்தை அவர் உணர்ந்தார். செங்கிஸ்கானின் அரசியல் பார்வைகள் விசுவாசத்தை வெகுமதி அளிப்பதில் வலுவான முக்கியத்துவத்தை உள்ளடக்கியது. தனது லட்சியத்திற்காக அசைக்க முடியாத விசுவாசத்தை வெளிப்படுத்தியவர்களுக்குச் சலுகைகளையும் பதவிகளையும் வழங்கினார். இந்த அணுகுமுறை அவரைப்

பின்பற்றுபவர்களிடையே ஒற்றுமையையும், அர்ப்பணிப்பு உணர்வையும் பராமரிக்க உதவியது.

செங்கிஸ்கானின் அரசியல் பார்வை மங்கோலியப் பேரரசு குறித்த அவரது நீண்டகாலப் பார்வை வரை நீட்டிக்கப்பட்டது. பல்வேறு பழங்குடிகளை ஒன்றிணைப்பதன் மூலமும், கலாசாரப் பரிமாற்றத்தை ஊக்குவிப்பதன் மூலமும், பயனுள்ள நிர்வாகத்தைச் செயல்படுத்துவதன் மூலமும் ஒரு நிலையான, நீடித்த பாரம்பரியத்தை நிறுவுவதை அவர் நோக்கமாக கொண்டிருந்தார். செங்கிஸ்கானின் அரசியல் பார்வைகள் ஒற்றுமை, மையப்படுத்தல், உள்ளடக்கம், மத சகிப்புத்தன்மை, கலாசாரப் பரிமாற்றம் நடைமுறைவாதம் ஆகியவற்றின் பார்வையால் வகைப்படுத்தப்பட்டன.

உள் வெளிப்புற அழுத்தங்களைத் தாங்கக்கூடிய ஒரு வலுவான, ஒருங்கிணைந்த சாம்ராஜ்ஜியத்தை உருவாக்குவதற்கான அவரது விருப்பத்தால் ஆட்சி குறித்த அவரது அணுகுமுறை தெரிவிக்கப்பட்டது. அவரது ராணுவ வலிமை பெரும்பாலும் முன்னிலைப்படுத்தப்பட்டாலும், மங்கோலியப் பேரரசை வடிவமைப்பதிலும் வரலாற்றில் அதன் நீடித்த தாக்கத்திலும் அவரது அரசியல் சித்தாந்தம் முக்கியப் பங்கு வகித்தது.

செங்கிஸ்கானின் வாழ்க்கை முறை, அவரது நாடோடி தோற்றத்தில் வேரூன்றியிருந்தாலும், அவரது பேரரசின் பரந்த தன்மை, அவரது மையப்படுத்தப்பட்ட அதிகாரம், அவரது சாதனைகளின் பிரம்மாண்டம் ஆகியவற்றின் காரணமாக ஒரு பேரரசரின் சிக்கலையும் சுமந்தது. அவர் தனது நாடோடி பாரம்பரியத்தின் சில அம்சங்களைப் பராமரித்தாலும், ஒரு பரந்த மாறுபட்ட பேரரசின் ஆட்சியாளராக அவரது நிலை ஏகாதிபத்திய வாழ்க்கையுடன் தொடர்புடைய சில கூறுகளை ஏற்றுக்கொள்ள வழிவகுத்தது.

செங்கிஸ்கானின் ஆரம்பக்கால வாழ்க்கை மங்கோலிய மக்களின் நாடோடி வாழ்க்கையால் குறிக்கப்பட்டது. குதிரையேற்றம், மேய்த்தல், நெருக்கமான பழங்குடிச் சமூகங்களை மையமாகக் கொண்ட ஒரு கலாசாரத்தில் அவர் வளர்ந்தார். இந்த வளர்ப்பு அவரிடம் மீள்திறன், தகவமைப்புத் திறமை ஆகிய பண்புகளை விதைத்தது. செங்கிஸ்கானை அவரது நாடோடி வேர்களிலிருந்து வேறுபடுத்திய ஓர் அம்சம் காரகோரம் என்ற தலைநகரை நிறுவியது. அவர் தனது நாடோடி பாரம்பரியங்களுடன் இணைந்திருந்தாலும், ஒரு மையப்படுத்தப்பட்ட நிர்வாக அரசியல் மையத்தின்

உருவாக்கம் மங்கோலிய வாழ்க்கை முறையின் பாரம்பரிய இயக்கத்திலிருந்து விலகுவதைக் குறிக்கிறது.

செங்கிஸ்கானின் அரசவை நிர்வாக அமைப்பு ஓர் ஏகாதிபத்திய அமைப்பை நினைவூட்டும் கூறுகளைக் காட்டியது. விசுவாசமான ஆலோசகர்கள், நிர்வாகிகள் நிர்வாகத்தின் பல்வேறு அம்சங்களை நிர்வகிக்கும் அதிகாரிகளால் அவர் தன்னைச் சூழ்ந்து கொண்டார். இந்த அதிகாரத்துவம் அவரது பரந்த சாம்ராஜ்யத்தின் மீது இன்னும் திறமையாகக் கட்டுப்பாட்டைச் செலுத்த அனுமதித்தது. செங்கிஸ்கான் ஒரு வலிமையான பேரரசின் ஆட்சியாளராகத் தனது நிலையை வெளிப்படுத்த ஒரு சடங்கு ஆடை, கிரீடம் போன்ற ஏகாதிபத்திய அதிகாரத்தின் சின்னங்களை ஏற்றுக்கொண்டார். இந்தச் சின்னங்கள் அவரது தலைமையை வெளிப்படுத்தியது மட்டுமல்லாமல், பேரரசராக அவரது நிலையை வலுப்படுத்தியது.

செங்கிஸ்கானின் சாம்ராஜ்ஜியம் கலாசாரம், கலைகளின் செழிப்பைக் கண்டது. அவர் கைவினைஞர்கள், கவிஞர்கள், இசைக்கலைஞர்கள், அறிஞர்களை ஆதரித்தார், தனது ஆட்சியின் பெருமையை வெளிப்படுத்தும் சூழலை வளர்த்தார். இந்த ஆதரவு அவரது ராஜ்ஜியத்திற்குள் ஏகாதிபத்திய நுணுக்க உணர்விற்குப் பங்களித்தது. செங்கிஸ்கானின் பேரரசு அதன் பரந்த நிலப்பரப்பில் வணிகத்தை எளிதாக்கியது. இது ஒரு பேரரசைப் போன்ற பொருளாதார நடவடிக்கைகளின் அளவைப் பிரதிபலித்தது. வர்த்தக வழிகள், வரிவிதிப்பு முறைகள், பொருளாதாரக் கொள்கைகள் மீதான கட்டுப்பாடு அவரது ஏகாதிபத்திய அந்தஸ்தை மேம்படுத்தியது. அவரது குடிமக்களுக்குச் செழிப்பைக் கொண்டு வந்தது.

செங்கிஸ்கான் தனது பேரரசை விரிவுபடுத்தியபோது, வென்ற மக்களைத் தனது நிர்வாகத்திலும் ராணுவத்திலும் ஒருங்கிணைத்தார். இந்த நடைமுறை ஏகாதிபத்திய நடைமுறைகளுடன் இணைந்தது, ஏனெனில் கைப்பற்றப்பட்ட பகுதிகள் பெரும்பாலும் பேரரசுகளின் நிர்வாகக் கட்டமைப்பில் இணைக்கப்பட்டன.

செங்கிஸ்கானின் ராஜதந்திர முயற்சிகள் அண்டை நாடுகளுடனான கூட்டணிகள் ராஜதந்திர நடைமுறைகளை ஒத்திருந்தன. அவர் பேச்சுவார்த்தைகளில் ஈடுபட்டார், ஒப்பந்தங்களை ஏற்படுத்தினார். எல்லைகளைப் பாதுகாக்கவும் தனது செல்வாக்கை விரிவுபடுத்தவும் கூட்டணிகளை

உருவாக்கினார். தனது சந்ததியினர் மூலம் ஒரு பாரம்பரியத்தை நிறுவுவது பேரரசர்களின் பொதுவான பண்பாகும். தனது பரம்பரையின் தொடர்ச்சியையும் தனது பேரரசின் அதிகாரத்தைப் பாதுகாப்பதையும் உறுதி செய்வதற்காகத் திருமணங்களையும் கூட்டணிகளையும் ஏற்பாடு செய்தார்.

செங்கிஸ்கானின் வாழ்க்கை முறை அவரது நாடோடி பாரம்பரியத்துடன் தொடர்புகளைப் பேணினாலும், அது ஏகாதிபத்திய வாழ்க்கையுடன் தொடர்புடைய பண்புகளையும் வெளிப்படுத்தியது. ஒரு தலைநகரை நிறுவுதல், நிர்வாக அமைப்பு, அதிகாரத்தின் சின்னங்கள், கலாசாரத்தின் ஆதரவு, பொருளாதாரக் கொள்கைகள், ராஜதந்திர முயற்சிகள், வம்ச பாரம்பரியத்தை வளர்ப்பது ஆகியவை செங்கிஸ்கானை ஒரு வெற்றியாளர், பேரரசர் என்ற பிம்பத்திற்குப் பங்களிக்கின்றன. அவரது ஆட்சி நாடோடி மரபுகள், ஏகாதிபத்திய விருப்பங்களின் கலவையைக் காட்டியது, இது அவரது தலைமையின் சிக்கலான தன்மையையும் அவரது பேரரசின் நீடித்த தாக்கத்தையும் அடிக்கோடிட்டுக் காட்டியது.

14. செங்கிஸ்கானின் தவறுகளும் அவற்றின் தாக்கமும்

செங்கிஸ்கான், ஒரு குறிப்பிடத்தக்க வெற்றியாளராகவும் ராஜதந்திரியாகவும் இருந்தபோதிலும், தனது வாழ்நாளில் தவறுகள் செய்வதற்கு விதிவிலக்கல்ல. இந்த பிழைகள், அவரது ஒட்டுமொத்தப் பாரம்பரியத்தைக் குறைக்கவில்லை என்றாலும், தலைமைத்துவத்தின் சவால்கள் ஒரு பரந்த சாம்ராஜ்யத்தை நிர்வகிப்பதில் உள்ள சிக்கல்கள் குறித்த மதிப்புமிக்க தகவல்களை வழங்குகின்றன.

அவரது தவறுகளையும் அவற்றின் தாக்கத்தையும் ஆராய்வது அவரது செயல்களுக்குப் பின்னால் உள்ள உந்துதல்களையும் அவரது குறைபாடுகளிலிருந்து பெறக்கூடிய படிப்பினைகளையும் வெளிச்சம் போட்டுக் காட்டுகிறது. செங்கிஸ்கானின் குறிப்பிடத்தக்க தவறுகளில் ஒன்று பொ.யு.13ம் நூற்றாண்டின் முற்பகுதியில் குவாரஸ்ம் பேரரசின் மீது நடந்த தவறான படையெடுப்பு ஆகும்.

வர்த்தகப் பாதைகளை நிறுவவும், கூட்டணிகளை உருவாக்கவும் அவர் விரும்பியபோது, பேரழிவுகரமான மோதல் கொடூரமான போருக்கும் நகரங்களின் அழிவிற்கும் வழிவகுத்தது. அரசாங்க தூதரின் மரணத்திற்குத் தவறான புரிதல் வன்முறை எதிர்வினை ஆகியவற்றால் இந்தப் படையெடுப்பு தூண்டப்பட்டதாகக் கருதப்படுகிறது. ராஜதந்திர தெரிவுகள் இல்லாமல் முழு அளவிலான படையெடுப்பைத் தொடங்க செங்கிஸ்கான் எடுத்த முடிவு தீர்ப்பில் உள்ள குறைபாட்டைக் காட்டியது.

தனது தூதர்கள் கொல்லப்பட்டதற்குப் பதிலடியாக, செங்கிஸ்கான் குவாரெஸ்மிய தூதர்களைத் தூக்கிலிட உத்தரவிட்டார். பழிவாங்கும் ஆசையால் உந்தப்பட்ட இந்தச் செயல், பதற்றங்களை அதிகரித்து. அதைத் தொடர்ந்து ஏற்பட்ட மோதலைத் தூண்டியது. தூதர்களைத் தூக்கிலிடுவதற்கான முடிவு ஒரு திடீர் நடவடிக்கையாகும். இது கடுமையான விளைவுகளை ஏற்படுத்தி, இரு பேரரசுகளுக்கு இடையிலான உறவுகளை மேலும் சீர்குலைத்தது.

செங்கிஸ்கானின் மரணத்திற்குப் பின்னர், அவரது பேரரசு அவரது நான்கு மகன்களுக்குப் பிரிக்கப்பட்டது. இந்தப் பிரிவினை, உட்பூசல்களைத் தடுக்கும் நோக்கத்தைக் கொண்டிருந்தாலும், உள்நாட்டு மோதல்களுக்கு வழிவகுத்து மங்கோலியப் பேரரசின் ஒற்றுமையைப் பலவீனப்படுத்தியது. செங்கிஸ்கான் ஒரு தெளிவான, பயனுள்ள வாரிசுத் திட்டத்தையும் நிர்வாகக் கட்டமைப்பையும் நிறுவத் தவறியது அவரது பாரம்பரியம் சிதைவதற்குப் பங்களித்தது.

செங்கிஸ்கானின் சந்ததியினர் சீனாவில் தெற்கு சோங் வம்சத்தின் மீள்திறன் வலிமையைக் குறைத்து மதிப்பிட்டபோது ஒரு குறிப்பிடத்தக்கச் சவாலை எதிர்கொண்டனர். இந்தக் குறைத்து மதிப்பிடல் ஒரு தோல்வியுற்ற படையெடுப்பு முயற்சிக்கு வழிவகுத்தது. படையெடுப்பின் போது குவாரெஸ்மிய அறிஞர்களைச் செங்கிஸ்கான் நடத்திய விதம் எதிர்மறையான விளைவுகளை ஏற்படுத்தியது. மங்கோலியப் பேரரசின் அறிவார்ந்த, கலாசார வளர்ச்சிக்குப் பங்களித்திருக்கக் கூடிய அறிஞர்கள் படுகொலை செய்யப்பட்டனர்.

செங்கிஸ்கானின் வெற்றிகள் முன்னெப்போதும் இல்லாத கொடூரம் மற்றும் அழிவால் குறிக்கப்பட்டாலும், அவரது அதிகப்படியான வன்முறையைப் பயன்படுத்துவது அவர் வென்ற பகுதிகளில் நீண்டகால விளைவுகளை ஏற்படுத்தியது. இந்த அணுகுமுறை மக்களிடையே வெறுப்பையும், எதிர்ப்பின் விதைகயும் விதைத்தது. இது நீண்டகால ஸ்திரத்தன்மைக்கும், நிர்வாகத்திற்கும் சவால்களை முன்வைத்தது.

செங்கிஸ்கானின் தவறுகளுக்குப் பின்னால் உள்ள காரணங்கள் பன்முகத்தன்மை கொண்டவை. அவை பெரும்பாலும் தவறான முடிவுகள், தவறான புரிதல்கள், கலாசார வேறுபாடுகள், பழிவாங்கும் விருப்பம், வேகமாக விரிவடைந்து வரும் சாம்ராஜ்ஜியத்தை நிர்வகிப்பதில் உள்ள சவால்கள் போன்றவற்றால் எழுந்தன. கொந்தளிப்பானச் சூழலில்

அவரது வளர்ப்பு, விரைவான வெற்றிகளில் அவரது கவனம் ஆகியவை அவரது முடிவெடுக்கும் செயல்முறைகளுக்குப் பங்களித்திருக்கலாம். இந்தத் தவறுகள் வருந்தத்தக்கவை என்றாலும், தலைவர்களுக்கும் ஆட்சியாளர்களுக்கும் முக்கியமான படிப்பினைகளை வழங்குகின்றன. பயனுள்ள தகவல்தொடர்பு, ராஜதந்திர மாற்றுகள், அளவிடப்பட்ட பதில்கள், முழுமையான நுண்ணறிவு, வாரிசு திட்டமிடல், நீண்டகால விளைவுகளின் பரிசீலனை ஆகியவற்றின் முக்கியத்துவத்தை அவை அடிக்கோடிட்டுக் காட்டுகின்றன.

விதிவிலக்கான தலைவர்கள்கூடத் தவறான முடிவுகளுக்கு விதிவிலக்கல்ல என்பதையும்,தலைமைத்துவத்தின் சிக்கல்களுக்கு லட்சியத்திற்கும் விவேகமான முடிவெடுப்பதற்கும் இடையில் ஒரு சமநிலை தேவை என்பதையும் செங்கிஸ்கானின் தவறுகள் நினைவூட்டுகின்றன. செங்கிஸ்கானின் மொத்த வாழ்க்கையும் தீவிர விவாதத்திற்கு உட்பட்டது. அவரை ஒருவெற்றிகரமான நாயகனாக நினைவுகூர வேண்டுமா அல்லது ஒரு குற்றவாளியாக நினைவுகூர வேண்டுமா என்பதில் மாறுபட்ட கண்ணோட்டங்கள் உள்ளன. அவரது செயல்கள், சாதனைகள் வரலாற்றில் தாக்கத்தை மதிப்பிடுவது அவரது சிக்கலான பாரம்பரியத்தைப் பற்றிய நுணுக்கமான புரிதலை வழங்குகிறது. இது நேர்மறை எதிர்மறை அம்சங்களை உள்ளடக்கியது.

செங்கிஸ்கான் ஒரு நாயகன்

மங்கோலியப் பழங்குடிகளை ஒன்றிணைத்து ஒரு நிலையான பேரரசை நிறுவும் செங்கிஸ்கானின் திறன் பெரும்பாலும் ஒரு சாதனையாகப் பாராட்டப்படுகிறது. அவர் சண்டையிடும் பிரிவுகளை ஒரு பொதுவான பதாகையின் கீழ் ஒன்றிணைத்தார். பல்வேறு மக்களுக்குப் பாதுகாப்பு, உள்கட்டமைப்பு திறமையான நிர்வாகத்தை வழங்கினார். கலாசாரப் பரிமாற்றம் மத சகிப்புத்தன்மைக்கான செங்கிஸ்கானின் அர்ப்பணிப்பு ஒரு வீர குணமாகப் பார்க்கப்படுகிறது. அவரது பேரரசு பட்டுப்பாதையில் அறிவு, கருத்துகளின், பொருட்களின் பரிமாற்றத்திற்கு வழிவகுத்தது. பன்முகத்தன்மைக்கு மத்தியில் ஒற்றுமை உணர்வை வளர்த்தது.

செங்கிஸ்கான் நிர்வாகச் சீர்திருத்தங்கள், சட்டங்கள் நடத்தை விதிகளைச் செயல்படுத்தினார். அவை நீடித்த நேர்மறையான விளைவுகளைக் கொண்டிருந்தன. தகுதி, நியாயமான வரிவிதிப்பு, திறமையான வள மேலாண்மை ஆகியவற்றுக்கு அவர் அளித்த முக்கியத்துவம் அவரது பேரரசில் நீண்டகால

ஸ்திரத்தன்மைக்கு அடித்தளமிட்டது. செங்கிஸ்கானின் வர்த்தக வழிகள் மீதான கட்டுப்பாடு பொருளாதாரச் செழிப்பையும் கலாசாரப் பரிமாற்றத்தையும் மேம்படுத்தியது. வர்த்தகத்தை ஊக்குவித்தார். வர்த்தகத்திற்கு இருந்த தடைகளை நீக்கினார். பொருளாதார வளர்ச்சிக்கு உகந்த சூழலை உருவாக்கினார்.

கைவினைஞர்கள், அறிஞர்கள், சிந்தனையாளர்களின் ஆதரவு கலைகள், கலாசாரம் அறிவுசார் முயற்சிகள் செழிக்கப் பங்களித்தது. அறிவார்ந்த தேடல்களுக்கான அவரது ஆதரவு மனித முன்னேற்றத்தின் பரந்த அம்சங்களுக்கான அவரது பாராட்டை வெளிப்படுத்தியது.

செங்கிஸ்கான் ஒரு குற்றவாளி

செங்கிஸ்கானின் ராணுவப் படையெடுப்புகள் முன்னெப்போதும் இல்லாத கொடூரத்தாலும், அழிவுகளாலும் குறிக்கப்பட்டன. எண்ணற்ற நபர்களின் இறப்புகளுக்கு அவரது படைகள் காரணமாக இருந்தன. அவரது வெற்றிகள் பரவலான துன்பத்தையும் இடப்பெயர்வுகளையும் விளைவித்தன. செங்கிஸ்கானின் வெற்றிகளுடன் தொடர்புடைய வன்முறை, படுகொலைகள், அழிவுகளின் அளவை புறக்கணிக்க முடியாது. அவரது படையெடுப்புகளை அடுத்து முழு நகரங்களும் மக்களும் அழிக்கப்பட்டு, பேரழிவுகளின் தடத்தை விட்டுச்சென்றனர். செங்கிஸ்கானின் ராணுவ நடவடிக்கைகளில் அடிமைப்படுத்துதல், கட்டாய உழைப்பு, கைப்பற்றப்பட்ட மக்களை அடிமைப்படுத்துதல் உள்ளிட்ட மனித உரிமை மீறல்கள் அடங்கும். அவரது நடவடிக்கைகள் பல தனிநபர்கள், சமூகங்களின் துன்பங்களுக்கு நேரடியாகப் பங்களித்தன.

மங்கோலியப் பேரரசின் விரிவாக்கம் குறிப்பிடத்தக்க சுற்றுச்சூழல் விளைவுகளையும் ஏற்படுத்தியது. மேய்ச்சலின் பரவலான பயன்பாடு, பெரிய ராணுவங்களை அணிதிரட்டுதல் ஆகியவை சில பிராந்தியங்களில் காடழிப்பு, அதிகப்படியான மேய்ச்சல், சுற்றுச்சூழல் சீரழிவுக்கு வழிவகுத்தன. செங்கிஸ்கானின் வெற்றிகளால் ஏற்பட்ட பண்பாட்டு இழப்புகளைப் புறக்கணிக்க முடியாது. நகரங்கள், நூலகங்கள், கல்வி மையங்களின் அழிவு மதிப்புமிக்க அறிவு கலாசாரக் கலைப்பொருட்களை இழக்க வழிவகுத்தது.

செங்கிஸ்கானின் பாரம்பரியம் சிக்கலான ஒன்றாகும், இது வீரம் மற்றும் குற்றவியல் அம்சங்களை உள்ளடக்கியது. அவரது ஒருங்கிணைப்பு முயற்சிகள், கலாசாரப் பரிமாற்றம்,

சட்டத்தின் பாரம்பரியம், பொருளாதார முன்னேற்றங்கள் பெரும்பாலும் நேர்மறையான பங்களிப்புகளாகப் பார்க்கப்படுகின்றன. அதே நேரத்தில், அவரது கொடூரமான வெற்றிகள், வெகுஜன வன்முறை, மனித உரிமை மீறல்கள், சுற்றுச்சூழல் பாதிப்பு ஆகியவை அவரது ஆட்சியின் இருண்ட பக்கத்தை எடுத்துக்காட்டுகின்றன. செங்கிஸ்கான் ஒரு நாயகனாக அல்லது ஒரு குற்றவாளியாக நினைவுகூரப்பட வேண்டுமா என்பது குறித்த விவாதம் வரலாற்று தீர்ப்பின் சிக்கலான தன்மையையும் அவரது பன்முகப் பாரம்பரியத்தின் இரு பக்கங்களையும் கருத்தில் கொள்ள வேண்டியதன் அவசியத்தையும் அடிக்கோடிட்டுக் காட்டுகிறது.

15. ஒரு சகாப்தத்தின் முடிவில்

செங்கிஸ்கானின் வாழ்க்கையின் இறுதி மணிநேரங்கள் வரலாற்றின் போக்கை மாற்றியமைத்த ஒரு குறிப்பிடத்தக்கப் பயணத்தின் முடிவைக் குறிக்கின்றன. அவரது மறைவு பற்றிய குறிப்பிட்ட விவரங்கள் வரலாற்று முரண்பாடுகளால் மறைக்கப்பட்டிருந்தாலும், அவரது கடைசித் தருணங்களின் பதிவுகள் அவரது பாரம்பரியம், அவரது சாதனைகள், அவரது ஆட்சியின் முக்கியத்துவம் குறித்த தகவல்களை வழங்குகின்றன.

செங்கிஸ்கானின் மரணத்தைச் சுற்றியுள்ள சூழ்நிலைகள் மாறுபட்ட வரலாற்றுக் குறிப்புகளால் தெளிவாக இல்லை. சில ஆதாரங்கள் மேற்கு சியா வம்சத்திற்கு எதிரான போரின் போது அவர் தனது குதிரையிலிருந்து விழுந்ததாகக் கூறுகின்றன. மற்றவர்கள் வேட்டையாடும் போது அவர் காயமடைந்தார் என்று கூறுகின்றனர். அவரது காயங்கள் அவரது மரணத்திற்குப் பங்களித்தன என்று பரவலாக ஏற்றுக் கொள்ளப்படுகிறது.

செங்கிஸ்கான் தனது இறுதி நேரங்களில், தனது வாழ்க்கைப் பயணத்தையும் அவர் கட்டியெழுப்பிய சாம்ராஜ்ஜியத்தையும் பிரதிபலித்ததாகக் கூறப்படுகிறது. அவரது சிந்தனைகள் அவர் கைப்பற்றிய பரந்த பிரதேசங்கள், அவர் செயல்படுத்திய நிர்வாகச் சீர்திருத்தங்கள், ஒரு காலத்தில் பிளவுபட்ட மங்கோலியப் பழங்குடிகளிடையே அவர் அடைந்த ஒற்றுமை ஆகியவற்றை நோக்கித் திரும்பியிருக்கலாம்.

செங்கிஸ்கானின் இறுதித் தருணங்களைப் பற்றிய ஒரு பிரபலமான பதிவு, வானம் பிரபஞ்சத்தின் நித்திய இயல்பைப் பிரதிநிதித்துவப்படுத்தும் ஆன்மிகக் கருத்தாக்கமான நித்திய நீல வானத்தில் மங்கோலிய நம்பிக்கையைச் சுற்றி வருகிறது. இந்த விவரணத்தின்படி, செங்கிஸ்கான் இயற்கையின் நித்திய சுழற்சிக்குத் திரும்புவதைக் குறிக்கும் வகையில், ஒரு குறிக்கப்பட்ட கல்லறை இல்லாமல் தன்னை அடக்கம் செய்யுமாறு கேட்டுக்கொண்டார்.

செங்கிஸ்கானின் கடைசி மணிநேரங்களில் தலைமையின் வாரிசு குறித்த விவாதங்களும் இடம்பெற்றிருந்தன. தனது மறைவுக்குப் பிறகு தனது பரந்த சாம்ராஜ்ஜியம் எதிர்கொள்ளும் சவால்களை அறிந்திருந்த அவர், தனது வாரிசுகளில் யார் தனது பாரம்பரியத்தைத் தொடரவும், தனது பேரரசின் ஒற்றுமையைப் பராமரிக்கவும் வேண்டும் என்று சிந்திக்கத் தொடங்கினார். அவரது கடைசி மணிநேரங்களின் குறிப்பிட்ட விவரங்களைப் பொருட்படுத்தாமல், செங்கிஸ்கானின் வாழ்க்கை சாதனைகள் வரலாற்றின் போக்கில் ஆழமான நீடித்த தாக்கத்தை ஏற்படுத்தின.

அவரது பேரரசு யூரேசியாவை மாற்றியமைத்தது, வர்த்தகம், ராஜதந்திரம் கலாசாரப் பரிமாற்றத்தை மறுவடிவமைத்தது. அவரது ஆட்சியின் பாரம்பரியம், அவரது வாரிசுகள் மூலம் வாழ்ந்தது, அவர்கள் தனது வெற்றிகளைத் தொடர்ந்தனர். மங்கோலியப் பேரரசின் எல்லையை விரிவுபடுத்தினர். செங்கிஸ்கானின் வாழ்க்கையின் இறுதி மணிநேரங்கள் ஒரு சகாப்தத்தின் முடிவைக் குறிக்கின்றன. ஆனால், அவரது நீடித்த பாரம்பரியத்தின் தொடக்கத்தையும் முன்னறிவித்தன. அவரது தலைமைத்துவம், தொலைநோக்குப் பார்வை, உறுதிப்பாடு ஆகியவை உலகில் அழிக்க முடியாத முத்திரையைப் பதித்து, பல நூற்றாண்டுகளாகப் புவிசார் அரசியல் நிலப்பரப்பை வடிவமைத்தன.

செங்கிஸ்கானின் கடைசி மணிநேரங்களின் சரியான விவரங்கள் வரலாற்று நிச்சயமற்ற தன்மையில் மறைக்கப்படலாம். ஆனால், அவரது வாழ்க்கை சாதனைகளின் முக்கியத்துவம் மறுக்க முடியாதது. அவரது சாம்ராஜ்ஜியம் குறித்த அவரது பிரதிபலிப்புகள், ஆன்மீக நம்பிக்கைகளுடனான அவரது தொடர்பு, வாரிசுரிமை குறித்த அவரது எண்ணங்கள், வரலாற்றில் அவரது நீடித்த தாக்கம் ஆகியவை அவரது இறுதி மணிநேரங்களை, உலகில் அவர் கொண்டிருந்த ஆழமான செல்வாக்கை நினைவூட்டுகின்றன.

செங்கிஸ்கானின் மறைவு, தலைமைத்துவத்தின் அடிப்படையில் மட்டுமல்லாமல்,அவரது பரந்த சொத்துகளின் விநியோகத்திலும் வரலாற்றில் ஒரு முக்கியமான தருணத்தைக் குறிக்கிறது. அவரது மரணத்திற்குப் பின்னர், அவரது சாம்ராஜ்ஜியம் அவரது செல்வத்தை அவரது வாரிசுகளுக்குப் பங்கிடும் சவாலை எதிர்கொண்டது. செங்கிஸ்கானின் சொத்துகள் பிரிக்கப்பட்டது மங்கோலியப் பேரரசின் ஸ்திரத்தன்மை, அவர் விட்டுச்சென்ற பாரம்பரியத்தில் குறிப்பிடத்தக்கத் தாக்கங்களை ஏற்படுத்தியது.

செங்கிஸ்கானின் மரணத்திற்குப் பின்னர், அவரது பேரரசு அவரது நான்கு மகன்களான ஜோச்சி, சாகதாய், ஒகோடி, டோலுய் ஆகியோருக்குப் பிரிக்கப்பட்டது. ஒவ்வொரு மகனுக்கும் யூரேசியா முழுவதும் பரந்த நிலங்களை உள்ளடக்கிய ஒரு குறிப்பிட்ட நிலப்பரப்பின் மீது கட்டுப்பாடு வழங்கப்பட்டது. இந்தப் பிளவு உள்நாட்டு மோதல்களைத் தடுப்பதற்கும் ஒற்றுமையைப் பேணுவதற்கும் நோக்கம் கொண்டது. ஆனால், இது வரவிருக்கும் ஆண்டுகளில் அதிகாரப் போராட்டங்களுக்கும், பிளவுகளுக்கும் அடித்தளத்தை அமைத்தது.

செங்கிஸ்கானின் மகன்கள் நிலப்பரப்புகளை மட்டுமல்ல, அவரது ஆட்சியின் போது திரட்டப்பட்ட செல்வத்தையும் வளங்களையும் மரபுரிமையாகப் பெற்றனர். அவரது சொத்துகளின் விநியோகத்தில் விலைமதிப்பற்ற உலோகங்கள், ரத்தினங்கள், கால்நடைகள், விவசாய விளைபொருட்கள், வர்த்தகம், வரிவிதிப்பு மூலம் கிடைக்கும் வருவாய் ஆகியவை அடங்கும். ஒவ்வொரு வாரிசும் தங்களுக்கு ஒதுக்கப்பட்ட பகுதிகளையும் அதனுடன் தொடர்புடைய செல்வத்தையும் நிர்வகிக்கும் பொறுப்பைக் கொண்டிருந்தனர்.

செங்கிஸ்கானின் மூன்றாவது மகனான ஒகோடிகான் அவருக்குப் பிறகு மங்கோலியப் பேரரசின் பெரிய கானாக பதவியேற்றார். ஒகோடி தொடர்ந்து பேரரசை விரிவுபடுத்தினார். அதன் செல்வத்தை நிர்வகித்தார். வெற்றிகள் வர்த்தகத்தின் மூலம் வளங்களை மேலும் திரட்டினார். தனது தந்தை நிறுவிய கருவூலம், நிர்வாக இயந்திரத்தின் மீதான கட்டுப்பாட்டைப் பராமரிப்பதன் மூலம் அவர் தனது தலைமையை உறுதிப்படுத்தினார்.

செங்கிஸ்கானின் வாரிசுகள் கலை, இலக்கியம், அறிவுசார் முயற்சிகளுக்கு ஆதரவளித்து கலாசார ஆதரவின்

பாரம்பரியத்தைத் தொடர்ந்தனர். நகரங்கள், சாலைகள், நிர்வாக மையங்கள் உள்ளிட்ட உள்கட்டமைப்பைக் கட்டமைப்பதிலும் அவர்கள் முதலீடு செய்தனர். இது பேரரசின் பொருளாதார வளர்ச்சிக்கு, ஸ்திரத்தன்மைக்குப் பங்களித்தது. செங்கிஸ்கானின் சொத்துகளின் பகிர்வு அவரது வாரிசுகளின் பொருளாதாரக் கொள்கைகளில் செல்வாக்குச் செலுத்தியது. அவர்கள் தொடர்ந்து வர்த்தக வழிகளைக் கட்டுப்படுத்தி வரிகளை வசூலித்தாலும், பேரரசின் பரவலாக்கப்பட்ட தன்மை, உள்ளூர் அதிகாரிகள் வள மேலாண்மை வருவாய் சேகரிப்பில் குறிப்பிடத்தக்க பங்கைக் கொண்டிருந்தனர்.

காலப்போக்கில், செங்கிஸ்கானின் சந்ததியினரிடையே ஏற்பட்ட உள் மோதல்கள் போட்டிகள் பேரரசுக்குள் பிளவுகளுக்கு வழிவகுத்தன. சொத்துப் பகிர்வு, அதிகாரப் போராட்டங்கள் மையப்படுத்தப்பட்ட நிர்வாகத்தின் பலவீனத்திற்குப் பங்களித்தன. இதனால் செங்கிஸ்கானின் ஆட்சியின் போது அடைந்த ஒற்றுமை ஸ்திரத்தன்மையைத் தக்கவைத்துக்கொள்வது கடினமானது. செங்கிஸ்கானின் வழித்தோன்றல்களில் ஒருவரான குப்லாய் கான், சீனாவில் யுவான் வம்சத்தை நிறுவினார். பேரரசின் செல்வத்திலிருந்து அவர் தொடர்ந்து பயனடைந்தாலும், ஆட்சி நிர்வாகத்தில் அவரது கவனம், சீனாவின் கலாசாரம் பொருளாதாரத்தில் குறிப்பிடத்தக்க தாக்கத்தை ஏற்படுத்தியது.

செங்கிஸ்கானின் சொத்துகளை அவரது வாரிசுகளிடையே பகிர்ந்தளித்தது மங்கோலியப் பேரரசின் தலைவிதியை வடிவமைப்பதில் முக்கியப் பங்கு வகித்தது. ஆரம்ப விநியோகம் ஒற்றுமையைப் பேணுவதை நோக்கமாகக் கொண்டிருந்தாலும், அது இறுதியில் உள்நாட்டு மோதல்கள் பிளவுகளுக்கு வழிவகுத்தது. செங்கிஸ்கானின் சொத்து ஒதுக்கீட்டின் பாரம்பரியம் ஒரு பரந்த சாம்ராஜ்யத்தை நிர்வகிப்பதில் உள்ள சவால்கள், அதிகாரம், வளங்கள், தலைமை, வாரிசு ஆகியவற்றுக்கு இடையிலான சிக்கலான இடைவினையை நினைவூட்டுகிறது.

செங்கிஸ்கானை நினைவு கூர்வது வரலாற்றின் ஒரு முக்கியமான காலகட்டத்தைப் புரிந்துகொள்ள உதவுகிறது. அதிகாரத்திற்கான அவரது எழுச்சி, மங்கோலியப் பேரரசின் விரிவாக்கம், உலகளாவிய வர்த்தகம், ராஜதந்திரம் கலாசாரத்தில் அடுத்தடுத்த தாக்கம் ஆகியவை அவரது சகாப்தத்தில் அதிகாரம், வெற்றி, தலைமையின் இயக்கவியல் குறித்த தகவல்களை வழங்குகின்றன.

செங்கிஸ்கானின் பாரம்பரியம், கலாசாரப் பரிமாற்றம் மற்றும் மத சகிப்புத்தன்மையை ஊக்குவிப்பதை உள்ளடக்கியது. அவரது ஆட்சியின் கீழ்ப் பட்டுப்பாதை செழித்து வளர்ந்தது. இது கருத்துகள், தொழில்நுட்பங்கள், கலாசார நடைமுறைகளின் பரிமாற்றத்திற்கு வழிவகுத்தது. பன்முகத்தன்மையைத் தழுவுவதற்கும் வெவ்வேறு நம்பிக்கைகளை மதிப்பதற்கும் அவர் வலியுறுத்துவது நமது இணைக்கப்பட்ட உலகில் பொருத்தமான ஒரு பாடமாகும்.

செங்கிஸ்கானின் தலைமைத்துவத்தைப் படிப்பது நிர்வாக மேலாண்மையில் மதிப்புமிக்க பாடங்களை வழங்குகிறது. மாறுபட்ட பழங்குடிகளை ஒன்றிணைப்பதற்கும், நிர்வாகச் சீர்திருத்தங்களைச் செயல்படுத்துவதற்கும், ஸ்திரத்தன்மையை பராமரிப்பதற்குமான அவரது திறன் சமகாலச் சூழ்நிலைகளுக்கு ஏற்ப மாற்றியமைக்கக்கூடிய தலைமைத்துவ உத்திகளைப் பற்றிய தகவல்களை வழங்குகிறது.

செங்கிஸ்கானின் பாரம்பரியம் நவீனப் புவிசார் அரசியலில் நீடித்த தாக்கத்தை ஏற்படுத்தியுள்ளது. மத்திய ஆசியா மற்றும் பிற பிராந்தியங்களில் அவரது செல்வாக்கு வரலாற்று கலாசார விவரிப்புகளை வடிவமைத்துள்ளது. இது சர்வதேச உறவுகளின் இயக்கவியலுக்குப் பங்களித்துள்ளது. செங்கிஸ்கானின் எளிமையான தொடக்கத்திலிருந்து உலகை வென்றவராக மாறுவதற்கான பயணம் சவால்களை வென்று மேன்மையை அடைய முயற்சிக்கும் நபர்களுக்கு உத்வேகத்தின் ஆதாரமாகச் செயல்படுகிறது. உறுதி, மீள்திறன், தொலைநோக்குப் பார்வை கொண்ட தலைமைத்துவம் ஆகியவற்றின் மூலம் மாற்றத்திற்கான சாத்தியத்தை அவரது வரலாறு அடிக்கோடிட்டுக் காட்டுகிறது.

செங்கிஸ்கானை நினைவுகூர்வது வெற்றி, அதிகாரம், அவற்றின் விளைவுகளைச் சுற்றியுள்ள நெறிமுறை விவாதங்களில் ஈடுபட நம்மை ஊக்குவிக்கிறது. அவரது செயல்கள், நேர்மறை, எதிர்மறையானவை, தலைமைத்துவம், முடிவெடுப்பதில் உள்ள நெறிமுறை சிக்கல்களைப் பற்றிச் சிந்திப்பதற்கான ஒரு பின்னணியாகச் செயல்படுகின்றன. அவரை நினைவுகூர்வது வீரம், குற்றவியல், வரலாற்றுப் பின்னணி, தார்மீக தீர்ப்புகளின் சார்பியல் பற்றிய விவாதங்களில் ஈடுபட அனுமதிக்கிறது. இந்தப் பகுப்பாய்வு அணுகுமுறை மனித வரலாற்றின் சிக்கலான தன்மையைப் பற்றிய ஆழமான புரிதலை ஊக்குவிக்கிறது.

செங்கிஸ்கான் தனது வெற்றிகளின் போது எதிர்கொண்ட கலாசாரங்களில் அவரது தாக்கம் கலாசாரப் பாதுகாப்பு, பாரம்பரியத்தின் முக்கியத்துவத்தை அடிக்கோடிட்டுக் காட்டுகிறது. உலகமயமாக்கப்பட்ட பல்வேறு கலாசார அடையாளங்களைப் பாதுகாப்பதன் முக்கியத்துவத்தை அங்கீகரிக்க அவரது பாரம்பரியம் நம்மைத் தூண்டுகிறது. செங்கிஸ்கானை நினைவில் கொள்வது பல்வேறு காரணங்களுக்காக முக்கியமானது. ஒரு வரலாற்று கண்ணோட்டத்தில், புவிசார் அரசியல், வர்த்தகம் கலாசார பரிமாற்றத்தில் அவரது தாக்கத்தை குறைத்து மதிப்பிட முடியாது.

அவரது தலைமைத்துவ உத்திகள் சமகாலத் தலைமைத்துவச் சவால்களுக்கான தகவல்களை வழங்குகின்றன. அவரது பாரம்பரியம் அதிகாரம், வெற்றி அவற்றின் விளைவுகள் பற்றிய நெறிமுறை விவாதங்களைத் தூண்டுகிறது. செங்கிஸ்கானின் வாழ்க்கை மனித வரலாற்றின் சிக்கலான தன்மையையும், நிகழ்காலம் எதிர்காலத்திற்கான நீடித்த படிப்பினைகளையும் நினைவூட்டுகிறது.

16. சர்ச்சைக்குரிய தலைவர்

செங்கிஸ்கானின் தலைமையை நல்லதாகவோ, கெட்டதாகவோ மதிப்பிடுவது ஒரு சிக்கலான முயற்சியாகும். ஏனெனில், அவரது பாரம்பரியம் பல்வேறு கண்ணோட்டங்களை வெளிப்படுத்தும் சாதனைகளை உள்ளடக்கியது. அவரது தலைமைத்துவத்தைப் பகுப்பாய்வு செய்வது வரலாற்றில் அவரது தாக்கம் அவரது ஆட்சியைச் சுற்றியுள்ள தார்மீகப் பரிசீலனைகள் பற்றிய நுணுக்கமான புரிதலை அனுமதிக்கிறது.

சண்டையிடும் மங்கோலியப் பழங்குடிகளை ஒரே பதாகையின் கீழ் ஒன்றிணைக்கும் செங்கிஸ்கானின் திறன் அவரது தலைமைக்கு ஒரு சான்றாகும். உள்நாட்டு மோதல்களால் குறிக்கப்பட்ட ஒரு பிராந்தியத்தில் ஸ்திரத்தன்மையைக் கொண்டு வந்தார், பல்வேறு சமூகங்களிடையே ஒற்றுமையை, பகிரப்பட்ட நோக்கத்தை உருவாக்கினார். நிர்வாகச் சீர்திருத்தங்களைச் செயல்படுத்தினார். இது திறமையான நிர்வாகத்திற்கு அடித்தளமிட்டது. அவர் ஒரு தகுதிவாய்ந்த முறையை அறிமுகப்படுத்தினார். பரம்பரையைவிடத் திறமைகள், விசுவாசத்தின் அடிப்படையில் பதவிகளை வழங்கினார். இது திறமையான நிர்வாகத்திற்குப் பங்களித்தது.

செங்கிஸ்கானின் பாரம்பரியம் கலாசாரப் பரிமாற்றம், மத சகிப்புத் தன்மையை வளர்ப்பதை உள்ளடக்கியது. பட்டுப்பாதையில் வர்த்தகம் மற்றும் தகவல் தொடர்புக்கு வழிவகுத்தார். இது பல்வேறு கலாசாரங்களில் கருத்துகள் பொருட்களைப் பரிமாறிக் கொள்ள உதவியது. செங்கிஸ்கானின் ஆட்சியின் கீழ், மங்கோலியப் பேரரசு வர்த்தக விரிவாக்கம், பயனுள்ள வரிவிதிப்பு முறைகள் காரணமாகப் பொருளாதார வளர்ச்சியைச் சந்தித்தது. இந்தச் செழிப்பு பேரரசின் ஸ்திரத்தன்மைக்கும் செல்வாக்கிற்கும் பங்களித்தது.

செங்கிஸ்கானின் சட்டக் குறியீடுகள், நிர்வாகக் கட்டமைப்புகளை அறிமுகப்படுத்தியது ஸ்திரத்தன்மையை, நியாயத்தை ஊக்குவித்தது. சட்டங்களை நெறிப்படுத்துவதில் அவர் கொடுத்த முக்கியத்துவம் அவரது சாம்ராஜ்ஜியத்திற்குள் ஒழுங்கையும் நீதி உணர்வையும் நிறுவ உதவியது.செங்கிஸ்கானின் படையெடுப்பு முறைகள் கொடூரத்தால் குறிக்கப்பட்டன. இதன் விளைவாகப் பெரும் துன்பமும் உயிர் இழப்பும் ஏற்பட்டது. அவரது ராணுவ நடவடிக்கைகள் பரவலான வன்முறை, அழிவு, படுகொலைகளை உள்ளடக்கியது.

செங்கிஸ்கானின் தலைமையின் கீழ் மங்கோலியப் பேரரசு, கட்டாய உழைப்பு, அடிமைப்படுத்துதல், கைப்பற்றப்பட்ட மக்களை அடிமைப்படுத்துதல் உள்ளிட்ட மனித உரிமை மீறல்களைச் செய்தது. அவரது விரிவாக்க லட்சியங்கள் பெரும்பாலும் மற்றவர்களின் உரிமைகளையும் நல்வாழ்வையும் பலிகொடுத்தன. மங்கோலியப் பேரரசின் விரிவாக்கம் காடழிப்பு, அதிகப்படியான காடு வளர்ப்பு சுற்றுச்சூழல் சீரழிவு போன்ற பாதகமான சுற்றுச்சூழல் விளைவுகளை ஏற்படுத்தியது. இந்த நடவடிக்கைகள் உள்ளூர் சுற்றுச்சூழல் அமைப்புகளில் நீடித்த விளைவுகளை ஏற்படுத்தின.

செங்கிஸ்கானின் வெற்றிகள் நகரங்கள், நூலகங்கள், கல்வி மையங்களின் அழிவுக்கு வழிவகுத்தன. இதன் விளைவாக மதிப்புமிக்க கலாசாரப் பாரம்பரிய அறிவை இழந்தது. செங்கிஸ்கானின் தலைமை நேர்மறை மற்றும் எதிர்மறை அம்சங்களின் கலவையால் வகைப்படுத்தப்படுகிறது. பழங்குடிகளை ஒன்றிணைத்தல், நிர்வாகச் சீர்திருத்தங்களை அறிமுகப்படுத்துதல், கலாசாரப் பரிமாற்றத்தை ஊக்குவித்தல், பொருளாதார செழிப்பை ஊக்குவித்தல் ஆகியவற்றுக்கான அவரது திறன் திறமையான தலைமைத்துவத்திற்கான அவரது திறனை நிரூபிக்கிறது.

மறுபுறம், அவரது கொடூரமான வெற்றிகள், மனித உரிமை மீறல்கள், சுற்றுச்சூழல் பாதிப்பு, கலாசார அழிவு ஆகியவை அவரது பாரம்பரியத்தின் மீது மறுக்க முடியாத கறைகளாகும். செங்கிஸ்கான் நல்லவரா அல்லது தீயவரா என்பது ஒருவரின் கண்ணோட்டத்தையும் தலைமையை மதிப்பிடும் அளவுகோல்களையும் பொறுத்தது. அவரது தலைமைத்துவப் பாரம்பரியத்தை மதிப்பிடும்போது அவரது ஆட்சியின் பன்முகத் தன்மையையும், அவர் செயல்பட்ட சிக்கலான வரலாற்றுப் பின்னணியையும் கருத்தில் கொள்வது அவசியம்.

செங்கிஸ்கான் ஆட்சியின் கீழ் வாழ்க்கை: நன்மைகள்

செங்கிஸ்கானின் ஆட்சி பெரும்பாலும் வெற்றி, வன்முறை, அழிவுடன் தொடர்புடையது என்றாலும், அவரது தலைமையின் கீழ்த் தனிநபர்களும் சமூகங்களும் அனுபவித்த சில நன்மைகள் இருந்தன. புவியியல் இருப்பிடம், கலாசாரப் பின்னணி, சமூகப் பொருளாதார நிலை போன்ற காரணிகளைப் பொறுத்து அவரது ஆட்சியின் தாக்கம் பரவலாக வேறுபடுகிறது என்பதை அங்கீகரிப்பது முக்கியம். செங்கிஸ்கானின் ஆட்சியின் கீழ் வாழ்க்கையின் நன்மைகளைப் பகுப்பாய்வு செய்வது அவரது பாரம்பரியத்தைப் பற்றிய நுணுக்கமான புரிதலை வழங்குகிறது.

செங்கிஸ்கான் வர்த்தகத்தில் கவனம் செலுத்தியது அவரது பேரரசில் பொருளாதார செழிப்பை அதிகரிக்க வழிவகுத்தது. பட்டுச் சாலை போன்ற பரந்த வர்த்தகப் பாதைகளின் வலையமைப்பை நிறுவியதன் மூலம், கிழக்கிற்கும் மேற்கிற்கும் இடையில் பொருட்கள், யோசனைகள், தொழில்நுட்பங்களின் பரிமாற்றத்திற்கு உதவியது. இந்தப் பொருளாதார ஒருங்கிணைப்பு அவரது ஆட்சியின் கீழ் உள்ள பகுதிகளுக்கு வர்த்தகம் மற்றும் பொருளாதார வளர்ச்சிக்கான புதிய வாய்ப்புகளைக் கொண்டு வந்தது.

செங்கிஸ்கான் மதசகிப்புத்தன்மையை, கலாசாரப் பரிமாற்றத்தை ஊக்குவித்தார். தனது பேரரசுக்குள் வெவ்வேறு நம்பிக்கைகள் ஒன்றாக இருக்க அனுமதித்தார். இந்த வெளிப்படைத்தன்மை கருத்துகள், அறிவு, கலை வெளிப்பாடுகளின் பரிமாற்றத்திற்கு உதவியது. பன்முகத்தன்மைக்கு மத்தியில் ஒற்றுமை உணர்வை வளர்த்தது. செங்கிஸ்கான் நிர்வாகச் சீர்திருத்தங்களை அறிமுகப்படுத்தினார். இது மிகவும் திறமையான நிர்வாக முறையை உருவாக்குவதை நோக்கமாகக் கொண்டது. உள்ளூர் அதிகாரிகளின் பயன்பாடு, வரிவிதிப்புச் சீர்திருத்தங்கள் அவர்களின் சமூகப் பின்னணியைப் பொருட்படுத்தாமல் திறமையான நபர்களை ஊக்குவித்தல் ஆகியவை அவரது பிராந்தியங்களின் ஒட்டுமொத்த நிர்வாகத்தை மேம்படுத்தின.

செங்கிஸ்கானின் ஆட்சியின் கீழ் வெற்றி பெற்ற சில மக்களுக்கு ஓரளவு பாதுகாப்பு கிடைத்தது. மங்கோலியப் பேரரசின் பரந்து விரிந்த நிலப்பரப்பு வர்த்தகப் பாதைகளில் வெளிப்புற அச்சுறுத்தல்கள், கொள்ளைகளைத் தடுத்தது. இது மக்கள் அதிகப் பாதுகாப்புடன் பயணிக்கவும் வணிகம் நடத்தவும் அனுமதித்தது. மங்கோலியப் பேரரசின் விரிவான தொடர்புகள் தொழில்நுட்பக் கண்டுபிடிப்புகளின் பரிமாற்றத்திற்கு

அனுமதிக்கப்பட்டன. செங்கிஸ்கானின் ஆட்சியின் கீழ் வாழ்ந்த மக்கள் பேரரசின் பிற பகுதிகளிலிருந்து புதிய விவசாய முறைகள், கட்டடக்கலை நுட்பங்கள், அறிவியல் அறிவைப் பெற்றனர்.

செங்கிஸ்கான் தகுதிக்கு அளித்த முக்கியத்துவம் பாரம்பரிய படிநிலைகளைக் கடந்த சமூக இயக்கத்திற்கான வாய்ப்புகளை உருவாக்கியது. பல்வேறு பின்னணிகளைச் சேர்ந்த திறமையான நபர்கள் தங்கள் திறன்களின் அடிப்படையில் தரவரிசைகளில் உயர வாய்ப்பு கிடைத்தது. இது மிகவும் ஆற்றல்மிக்க, அனைவரையும் உள்ளடக்கிய சமூகத்திற்குப் பங்களித்தது.

செங்கிஸ்கான் சட்டக் குறியீடுகள், நிர்வாகக் கட்டமைப்புகளை அறிமுகப்படுத்தியது அவரது பிராந்தியங்களுக்குள் சட்டம் ஒழுங்குக்கு அடித்தளத்தை வழங்கியது. இந்தப் பாரம்பரியம் நீதியையும் நியாயத்தையும் மதிக்கும் நிலையான சமூகங்களுக்குப் பங்களித்தது. செங்கிஸ்கானும் அவரது வழித்தோன்றல்களும் பெரும்பாலும் வென்ற மக்களை நிர்வாகத்திலும், ராணுவத்திலும் இணைத்து, பேரரசின் ஆட்சி ராணுவ வலிமைக்குப் பங்களிக்கும் வாய்ப்பை வழங்கினர். செங்கிஸ்கானின் ஆட்சி ராணுவ வெற்றிகள், வன்முறைகளால் குறிக்கப்பட்டாலும், அவரது தலைமையின் கீழ்த் தனிநபர்களும் சமூகங்களும் அனுபவித்த சில நன்மைகள் இருந்தன.

பொருளாதார செழிப்பு, மத சகிப்புத்தன்மை, கலாசாரப் பரிமாற்றம்,நிர்வாகசீர்திருத்தங்கள்,பாதுகாப்பு,தொழில்நுட்பப் பரிமாற்றம், சமூக இயக்கம், சட்டம் ஒழுங்கு ஆகியவற்றின் பாரம்பரியம் ஆகியவை அவரது ஆட்சியின் கீழ் வாழ்க்கையின் சாதகமான அம்சங்களாகும். அவரது சாம்ராஜ்ஜியத்திற்குள் வாழ்ந்த மக்கள் மீதான பரந்த தாக்கத்தை மதிப்பிடும்போது இந்தப் பன்முக விளைவுகளை அங்கீகரிப்பது முக்கியம்.

செங்கிஸ்கான் ஆட்சியில் வாழ்க்கை: செலவுகளும் இழப்புகளும்

செங்கிஸ்கானின் ஆட்சி சில பகுதிகளுக்குச் சில நன்மைகளைக் கொண்டு வந்திருந்தாலும், அவரது பேரரசின் கீழ் வாழ்ந்த பலருக்குக் குறிப்பிடத்தக்க இழப்புகளையும் ஏற்படுத்தியது. மங்கோலியப் பேரரசின் வெற்றிகளும் கொள்கைகளும் சமூகம், கலாசாரம் அன்றாட வாழ்க்கையின் பல்வேறு அம்சங்களைப் பாதிக்கும் நீண்டகால விளைவுகளைக் கொண்டிருந்தன. செங்கிஸ்கானின் ஆட்சியின் கீழ் இருந்தவர்கள் சந்தித்த இழப்புகளை ஆராய்வது அவரது பாரம்பரியத்தின் சிக்கல்களைப் பற்றிய விரிவான புரிதலை வழங்குகிறது.

செங்கிஸ்கானின் வெற்றிகளால் ஏற்பட்ட மிக முக்கியமான இழப்புகளில் ஒன்று போர். வன்முறை, படுகொலைகள் காரணமாக எண்ணற்ற உயிர்களை நாடு இழந்தது. முழு நகரங்களும் மக்களும் அழிக்கப்பட்டனர். இது பெரும் துன்பத்திற்கும் பேரழிவுக்கும் வழிவகுத்தது. செங்கிஸ்கானின் வெற்றிகள் பெரும்பாலும் கலாசார, பாரம்பரியத் தளங்கள், நூலகங்கள், கல்வி மையங்களை அழிப்பதை உள்ளடக்கியது. இது மதிப்புமிக்க வரலாற்று, கலாசாரக் கலைப்பொருட்களையும், அவற்றில் உள்ள அறிவையும் இழக்க வழிவகுத்தது.

மங்கோலியப் பேரரசின் விரிவாக்கத்தால் ஏற்பட்ட எழுச்சி பொருளாதாரங்களையும், வர்த்தக வழிகளையும் சீர்குலைத்தது. போரின் விளைவாகவும், பேரரசின் வெற்றிகளுக்கு ஆதரவாக வளங்கள் திருப்பிவிடப் பட்டதன் விளைவாகவும் பல பிராந்தியங்கள் பொருளாதார வீழ்ச்சியைச் சந்தித்தன. வெற்றி பெற்ற மக்கள் பெரும்பாலும் தங்கள் வீடுகளிலிருந்து வலுக்கட்டாயமாக இடம்பெயர்ந்தனர். இது சமூகங்களின் சீர்குலைவு, பாரம்பரிய வாழ்வாதாரங்களை இழப்பது, சமூகக் கட்டமைப்புகள் பலவீனமடைவதற்கு வழிவகுத்தது.

செங்கிஸ்கானின் ஆட்சியில் கட்டாய உழைப்பு, அடிமைப்படுத்துதல் கைப்பற்றப்பட்ட மக்களை அடிமைப்படுத்துதல் உள்ளிட்ட மனித உரிமை மீறல்கள் பொதுவானவை. இதனால் பலருக்குத் தனிமனிதச் சுதந்திரமும், கண்ணியமும் பறிபோனது. மங்கோலியப் பேரரசின் விரிவாக்கம் காடழிப்பு, அதிகப்படியான விளைச்சல் போன்ற பாதகமான சுற்றுச்சூழல் விளைவுகளைக் கொண்டிருந்தது. இது உள்ளூர் சுற்றுச்சூழல் அமைப்புகளைப் பாதித்து, நீண்டகாலச் சுற்றுச்சூழல் சீரழிவுக்கு வழிவகுத்தது. மங்கோலியப் பேரரசால் கைப்பற்றப்பட்ட பகுதிகளைப் பொறுத்தவரை, தன்னாட்சி இறையாண்மையை இழப்பது என்பது உள்ளூர் ஆட்சியாளர்கள், சமூகங்கள் தங்கள் சொந்த விவகாரங்களில் மட்டுப்படுத்தப்பட்ட கட்டுப்பாட்டைக் கொண்டிருந்தன.

மங்கோலியப் பேரரசு கலாசாரப் பரிமாற்றத்தை ஊக்குவித்தபோது, சில பிராந்தியங்கள் ஒருங்கிணைப்பு, மங்கோலியக் கலாசாரத்தின் மேலாதிக்கத்தின் விளைவாக அவற்றின் தனித்துவமான கலாசார அடையாளங்களின் இழப்பினை அனுபவித்தன. செங்கிஸ்கானின் ஆட்சியின் கீழ் இருந்தவர்கள் அனுபவித்த இழப்புகள் ஆழமானவை, தொலைநோக்கு கொண்டவை. இந்த வெற்றிகள் உயிர் இழப்பு,

கலாசாரப் பாரம்பரிய அழிவு, பொருளாதாரச் சீர்குலைவு, கட்டாய இடப்பெயர்வு, மனித உரிமை மீறல்கள், சுற்றுச்சூழல் தாக்கம், தன்னாட்சி, கலாசார அடையாளத்தின் அரிப்புக்கு வழிவகுத்தன.

சில நன்மைகளும் வாய்ப்புகளும் இருந்தபோதிலும், செங்கிஸ்கானின் ஆட்சியின் விளைவாகப் பலர் அனுபவித்த இழப்புகளை அங்கீகரிப்பதும் நினைவில் கொள்வதும் முக்கியம். இந்தச் சமச்சீரான முன்னோக்கு அவரது சாம்ராஜ்ஜியம் அது வென்ற சமூகங்களில் ஏற்படுத்திய தாக்கத்தின் முழுமையான நிலையை வழங்குகிறது.

உலகளாவிய அங்கீகாரத்திற்கான பயணம்

செங்கிஸ்கானின் உலகளாவிய புகழ் உயர்வு அவரது குறிப்பிடத்தக்கச் சாதனைகள், நீடித்த பாரம்பரியம் அவரது ஆட்சியின் நீண்டகால தாக்கத்திற்கு ஒரு சான்றாகும். உலகளாவிய அங்கீகாரத்திற்கான அவரது பயணத்திற்கு அவரது தலைமைத்துவம், ராணுவ வலிமை வரலாற்றில் நீடித்த செல்வாக்கை வெளிப்படுத்தும் காரணிகளின் கலவையாக இருக்கலாம்.

செங்கிஸ்கானின் ராணுவப் படையெடுப்புகள், வெற்றிகள் உலகளாவிய கவனத்தை ஈர்ப்பதில் முக்கியப் பங்கு வகித்தன. பரந்து விரிந்த பகுதிகளைக் கைப்பற்றி வரலாற்றில் மிகப் பெரிய சாம்ராஜ்ஜியங்களில் ஒன்றை நிறுவிய அவரது ஈடு இணையற்ற திறன் உலகெங்கிலும் உள்ள மக்களின் கற்பனையை கவர்ந்தது. அவரது சாதனைகளின் அபரிமிதமான அளவு அவரை விதிவிலக்கான முக்கியத்துவம் வாய்ந்த தலைவராக வேறுபடுத்திக் காட்டியது. புதுமையான ராணுவ தந்திரங்கள் எதிரிகளிடமிருந்து பாராட்டைப் பெற்றன. வெவ்வேறு நிலப்பரப்புகளுக்கு ஏற்ப தகவமைத்துக் கொள்வதற்கும் வழக்கத்திற்கு மாறான உத்திகளைப் பயன்படுத்துவதற்குமான அவரது திறன் ஓர் ராணுவத் தலைவராக அவரது மேதைமையைக் காட்டியது.

செங்கிஸ்கானின் பாரம்பரியம் ராணுவ வெற்றிகளைத் தாண்டி விரிவடைந்தது. பட்டுப்பாதையில் கலாசாரப் பரிமாற்றம், மத சகிப்புத்தன்மை, பொருளாதார செழிப்பு ஆகியவற்றை அவர் ஊக்குவித்தது கருத்துகள், தொழில்நுட்பங்கள், கலாசார நடைமுறைகளின் பரிமாற்றத்திற்கு உதவியது. ஒன்றுக்கொன்று தொடர்புடைய இந்தப் பாரம்பரியம் உலகளாவிய அளவில் அவரது அங்கீகாரத்திற்குப் பங்களித்தது. புவிசார் அரசியலில்

செங்கிஸ்கானது சாம்ராஜ்ஜியத்தின் நீண்டகாலத் தாக்கத்தை மிகைப்படுத்த முடியாது. அவரது ஆட்சி கிழக்கு ஆசியா முதல் ஐரோப்பா வரையிலான பகுதிகளைப் பாதித்தது. வரலாற்று விவரிப்புகள், வர்த்தகப் பாதைகள் ராஜதந்திர உறவுகளில் செல்வாக்கு செலுத்தியது.

செங்கிஸ்கானின் புகழ் அவரது தலைமைத்துவம், வசீகரம், பல தலைமுறைகளாகக் கடத்தப்பட்ட சாதனைகளின் கதைகளால் வடிவமைக்கப்பட்டது. அவரது சாகசங்கள் பல்வேறு கலாசாரங்களில் புராணக்கதைகளின் பொருளாக மாறின. மேற்கில், செங்கிஸ்கான் தனது வெற்றிகள், தாக்கங்களை விவரித்த ஆராய்ச்சியாளர்கள், பயணிகள், வரலாற்றாசிரியர்களின் படைப்புகள் மூலம் அங்கீகாரத்தைப் பெற்றார். இந்த எழுத்துகள் அவரது பாரம்பரியத்தைப் புதிய பார்வையாளர்களுக்கு அறிமுகப்படுத்தி, அவரது உலகளாவிய பிரபலத்திற்குப் பங்களித்தன.

சமீபத்திய ஆண்டுகளில், புத்தகங்கள், திரைப்படங்கள், ஆவணப்படங்கள், வீடியோ கேம்கள் உள்ளிட்ட பிரபலமான கலாசாரத்தால் செங்கிஸ்கானின் புகழ் மேலும் வலுவடைந்துள்ளது. இந்த ஊடகத்தளங்கள் அவரது கதையை நவீனப் பார்வையாளர்களுக்குக் கொண்டு வந்துள்ளன. அவரது தலைமைத்துவம், ராணுவ சாதனைகள் உலக வரலாற்றில் செல்வாக்கு ஆகியவற்றை வலியுறுத்துகின்றன.

செங்கிஸ்கானின் எளிமையான தொடக்கத்திலிருந்து ஓர் உலக வெற்றியாளராக மாறுவதற்கான பயணம் லட்சியம், உறுதிப்பாடு, தலைமைத்துவத்தின் அடையாளமாக எதிரொலிக்கிறது. சவால்களைச் சமாளிக்கவும், நீடித்த தாக்கத்தை ஏற்படுத்தவும் விரும்பும் நபர்களுக்கு அவரது வாழ்க்கை தொடர்ந்து நமக்கு ஊக்கமளிக்கிறது. செங்கிஸ்கானின் உலகளாவிய புகழுக்கு அவரது ராணுவ வெற்றிகள், தலைமைத்துவம், கலாசாரப் பரிமாற்றத்தின் பாரம்பரியம், புவிசார் அரசியலில் செல்வாக்கு, நீடித்த நற்பெயர், மேற்கத்திய கதையாடல்களில் அங்கீகாரம் பிரபலமான ஊடகங்களில் அவரது சித்தரிப்பு ஆகியவை காரணமாக இருக்கலாம்.

அவரது சாதனைகள் வரலாற்றில் ஏற்பட்ட தாக்கம் ஆகியவை உலகளவில் அங்கீகரிக்கப்பட்ட நபராக அவரது அந்தஸ்தை உறுதிப்படுத்தியுள்ளன. அவரது பாரம்பரியம் உலகெங்கிலும் உள்ள மக்களைத் தொடர்ந்து கவர்ந்திழுத்து ஊக்கமளிக்கிறது. இதனால்தான் அவர் உலக அளவில்

முக்கியமான பேரரசர்களுடனும் சர்வாதிகாரிகளுடனும் இன்றளவும் ஒப்பிடப்படுகிறார்.

செங்கிஸ்கானும் மகா அலெக்சாண்டரும்

செங்கிஸ்கான், அலெக்சாண்டர் ஆகிய இருவரும் வரலாற்றின் மிகவும் புகழ்பெற்ற ராணுவத் தலைவர்கள். ஒவ்வொருவரும் தங்கள் வாழ்நாளில் அந்தந்த பிராந்தியங்களில் அழிக்க முடியாத முத்திரையைப் பதித்துள்ளனர். வேறுபாடுகள் இருந்தபோதிலும், இரு நபர்களும் தங்கள் விதிவிலக்கான ராணுவ வலிமை, அவர்கள் உருவாக்கிய குறிப்பிடத்தக்கப் பேரரசுகளுக்காக கொண்டாடப்படுகிறார்கள். செங்கிஸ்கான், அலெக்சாண்டர் பற்றிய விரிவாக ஒப்பிட்டு அவர்களின் பின்னணிகள், ராணுவ உத்திகள், உலகில் தாக்கம் பாரம்பரியம் ஆகியனவற்றை அறிந்துகொள்ளலாம்.

தெமுஜின் என்று பெயரிடப்பட்ட செங்கிஸ்கான், கடுமையான மங்கோலிய புல்வெளிகளில் பொ.யு.1162ம் ஆண்டில் பிறந்தார். தந்தையின் இழப்பையும், அதைத் தொடர்ந்து தனது குலத்தால் கைவிடப்பட்டதையும் எதிர்கொண்டதால், அவரது ஆரம்பக்கால வாழ்க்கை துன்பங்களால் குறிக்கப்பட்டது. அவர் ஒரு வசீகரமான, உறுதியான தலைவராக உருவெடுப்பதற்கு முன்பு வறுமையையும் அடிமைத்தனத்தையும் சகித்துக் கொண்டார். அவர் மங்கோலியப் பழங்குடிகளை ராஜதந்திரம் மற்றும் ராணுவ திறமையின் கலவையால் ஒன்றிணைத்தார். இது அவருக்கு 'உலகளாவிய ஆட்சியாளர்' என்று பொருள்படும் செங்கிஸ்கான் என்ற பட்டத்தைப் பெற்றுத் தந்தது.

பண்டைய மாசிடோனில் பொ.யு.மு 356ல் பிறந்த அலெக்சாண்டர், மன்னர் இரண்டாம் பிலிப், ராணி ஒலிம்பியாஸ் ஆகியோரின் மகனாவார். அரிஸ்டாட்டிலின் பயிற்சியின் கீழ் அவர் செவ்வியல் கல்வியைப் பெற்றார். இது கிரேக்க கலாசாரம், போர்க் கலைகள் மீதான ஆர்வத்தை அவருக்குள் விதைத்தது. அலெக்சாண்டர் தனது தந்தையின் படுகொலைக்குப் பின்னர், பொ.யு.மு.336ல் அரியணை ஏறினார். சிறுவயதிலிருந்தே அவரது லட்சியமும், ராணுவத் திறமையும் வெளிப்பட்டது. அவர் அறியப்பட்ட உலகத்தை வெல்லப் புறப்பட்டார்.

செங்கிஸ்கான் போர்க்களத்தில் தகவமைத்துக் கொள்வதில் வல்லவராக இருந்தார், நிலப்பரப்பு, வானிலை, தனது எதிரிகளின் பலம், பலவீனங்களின் அடிப்படையில் பல்வேறு தந்திரங்களைப் பயன்படுத்தினார். அவர் தனது திறமையான

குதிரைப்படைகளுடன் போரில் புரட்சியை ஏற்படுத்தினார். அவை மின்னல் வேகத்தில் தாக்குதல் நடத்தும் திறன் கொண்டவை. வதந்திகளைப் பரப்புவது, பய உத்திகளைப் பயன்படுத்துவது போன்ற தனது எதிரிகளைச் சோர்வடையச் செய்ய செங்கிஸ்கான் பெரும்பாலும் உளவியல் தந்திரங்களைப் பயன்படுத்தினார்.

அலெக்சாண்டர் மிகவும் ஒழுக்கமான காலாட்படை அமைப்பான மாசிடோனிய பலான்க்ஸைப் பெரிதும் பயன்படுத்தினார். இது போர்களில் ஒரு வலுவான ஒருங்கிணைந்த முன்னணியை வழங்கியது. காகமெலா போரில் பின்சர் இயக்கத்தைப் பயன்படுத்துவது போன்ற அற்புதமான ராணுவ உத்திகளை உருவாக்கும் அவரது திறன் அவரது மேதைமையை வெளிப்படுத்தியது. அலெக்சாண்டர் முற்றுகைப் போரில் சிறந்து விளங்கினார். இது டயர் நாடு, காசா நாட்டுகளை வென்ற வெற்றிகரமான முற்றுகைகளின் போது நிரூபிக்கப்பட்டது.

செங்கிஸ்கானின் தலைமையின் கீழ், மங்கோலியப் பேரரசு ஆசியாவிலிருந்து ஐரோப்பா வரை பரவியிருந்த வரலாற்றில் மிகப்பெரிய நிலப் பேரரசாக மாறியது. மங்கோலிய ஆட்சியின் கீழ் ஒப்பீட்டளவில் அமைதி நிலவிய பாக்ஸ் மங்கோலியா, புகழ் பெற்ற பட்டுச் சாலை உட்படக் கிழக்கிற்கும் மேற்கிற்கும் இடையிலான கலாசாரப் பரிமாற்றத்திற்கு உதவியது. செங்கிஸ்கானின் பாரம்பரியத்தில் ஒரு மையப்படுத்தப்பட்ட அஞ்சல் முறையை நிறுவுதல், மத சகிப்புத்தன்மையை ஊக்குவித்தல், ஆசியாவில் மங்கோலியச் செல்வாக்கு பரவுதல் ஆகியவை அடங்கும்.

அலெக்சாண்டரின் வெற்றிகள் கிரேக்க கலாசாரத்தை அறியப்பட்ட உலகம் முழுவதும் பரப்பி, ஹெலனிஸ்டிக் காலம் எனப்படும் ஒரு புதிய கலாசாரச் சகாப்தத்தை உருவாக்கியது. அவர் பல நகரங்களை நிறுவினார். குறிப்பாக எகிப்தின் அலெக்சாண்டிரியா, அவை கல்வி மற்றும் வர்த்தக மையங்களாக மாறின. அலெக்சாண்டரின் பாரம்பரியத்தில் கிரேக்கத் தத்துவம், கலை, அறிவியல் ஆகியவற்றின் பரவல் அடங்கும். இது பல நூற்றாண்டுகளாக மேற்கத்திய நாகரிகத்தின் போக்கை வடிவமைத்தது.

செங்கிஸ்கானின் மரணத்திற்குப் பின்னர், அவரது பேரரசு இறுதியில் சிறிய 'கானேட்டு'களாக உடைந்தது. இருப்பினும், மங்கோலியப் பாரம்பரியம் சீனாவில் யுவான் வம்சம்,

ரஷ்யாவில் தங்க நாடோடிக் கூட்டத்தின் வடிவத்தில் நீடித்தது. செங்கிஸ்கானின் ராணுவ உத்திகள் பிற்கால வெற்றியாளர்களான டாமர்லேன் நெப்போலியன் போனபார்ட் போன்றவர்களைப் பாதித்தன. செங்கிஸ்கான் நவீன மங்கோலியாவில் தேசியப் பெருமையின் அடையாளமாக உள்ளார்.

பொ.யு.மு.323ல் அலெக்சாண்டரின் மரணத்திற்குப் பின்னர், அவரது பேரரசு டியாடோச்சி என்று அழைக்கப்படும் அவரது தளபதிகளிடையே பிரிக்கப்பட்டது. அவர்கள் தனது பாரம்பரியத்தைத் தொடர்ந்தனர். தங்கள் சொந்த ஹெலனிஸ்டிக் ராஜ்ஜியங்களை நிறுவினர். கிரேக்கக் காலத்தின் பண்பாட்டுச் செல்வாக்குப் பல நூற்றாண்டுகளாக, குறிப்பாக எகிப்து, பாரசீகம், இந்தியா போன்ற பகுதிகளில் நீடித்தது. அலெக்சாண்டரின் வெற்றிகள் இன்றளவும் தலைவர்களுக்கும் ராணுவத் தளபதிகளுக்கும் உத்வேகம் அளித்து, ஓர் உலக வெற்றியாளர் என்ற கருத்தை வடிவமைத்துள்ளன.

செங்கிஸ்கான் மற்றும் மகா அலெக்சாண்டர், நூற்றாண்டுகள் பரந்த புவியியல் தூரங்களால் பிரிக்கப்பட்டிருந்தாலும், அவர்களின் விதிவிலக்கான ராணுவத் தலைமை உலகில் அவர்களின் நீடித்த தாக்கம் காரணமாக வரலாற்றில் ஒரு முக்கிய இடத்தைப் பகிர்ந்து கொள்கின்றனர். செங்கிஸ்கானின் போர்த்திறன் மங்கோலியப் பேரரசை மாற்றியமைத்தது. அதே நேரத்தில், மகா அலெக்சாண்டரின் ஹெலனிஸ்டிக் கலாசாரத்தை ஊக்குவித்தல் வரலாற்றின் போக்கை மறுவடிவமைத்தது. அவர்களின் மரபுகள் அறிஞர்கள், தலைவர்கள் வரலாற்று ஆர்வலர்களைத் தொடர்ந்து கவர்ந்திழுக்கின்றன, மனித லட்சியமும் ராணுவ மேதைமையும் அடையக்கூடிய உயரங்களுக்கு நிலையான எடுத்துக்காட்டுகளாகச் செயல்படுகின்றன.

செங்கிஸ்கானும் அட்டிலா தி ஹூனும்

செங்கிஸ்கான் மற்றும் அட்டிலா தி ஹூன் ஆகியோர் வரலாற்றின் இரண்டு முக்கிய நபர்கள், அவர்களின் வலிமையான ராணுவத் தலைமைக்கும் அவர்கள் கட்டியெழுப்பிய பேரரசுகளுக்கும் பெயர் பெற்றவர்கள். வெவ்வேறு காலகட்டங்கள், பிராந்தியங்களிலிருந்து தோன்றியபோதிலும், இரு தலைவர்களும் தங்கள் ராணுவ வெற்றிகள், அடுத்தடுத்த வரலாற்று வளர்ச்சிகளில் அவர்களின் தாக்கத்தின் மூலம் உலகில் குறிப்பிடத்தக்க முத்திரையைப்

பதித்தனர். செங்கிஸ்கான், அட்டிலா தி ஹுன் பற்றி விரிவாக ஒப்பீடு செய்ய இடமுள்ளது. அவர்களின் பின்னணிகள், ராணுவ உத்திகள், உலகில் ஏற்படுத்திய தாக்கம், நீடித்த மரபுகள் ஆகியவற்றை இந்த ஒப்பீட்டின் வழியாக ஆராய முடியும்.

செங்கிஸ்கான் வறுமை சச்சரவுகளால் குறிக்கப்பட்ட ஒரு கொந்தளிப்பான ஆரம்ப வாழ்க்கையைச் சகித்துக் கொண்டார். இது இறுதியில் அவரது உறுதியையும் தலைமைப் பண்புகளையும் உருவாக்கியது. கவர்ச்சி, ராஜதந்திரம், ராணுவ வலிமை ஆகியவற்றின் கலவையின் மூலம், அவர் மங்கோலியப் பழங்குடியினரை ஒன்றிணைத்து செங்கிஸ்கானாக உருவெடுத்தார். அதாவது, 'உலகளாவிய ஆட்சியாளர்' என்ற பெரும் பதாகையாக உருவெடுத்தார்.

5ம் நூற்றாண்டின் நடுப்பகுதியில் பிறந்த அட்டிலா, ஹுன்னிக் பேரரசை வழிநடத்தியதற்காக அறியப்பட்ட ஒரு ஹுன்னிக் தலைவர் ஆவார். ஹுணர்கள் யூரேசிய புல்வெளியைச் சேர்ந்த நாடோடி போர்வீரர்கள். பொ.யு.மு.434ல் ஆட்சிக்கு வந்த அட்டிலா, பல்வேறு ஹுன்னிக் பழங்குடிகள் மீது தனது செல்வாக்கை விரிவுபடுத்தினார். இவரது தலைமையும் ராணுவ நடவடிக்கைகளும் அவரைக் கிழக்கு மற்றும் மேற்கு ரோமானியப் பேரரசுகளில் ஒரு முக்கிய நபராக ஆக்கின.

செங்கிஸ்கான் வானிலை, அவரது எதிரிகளின் பலம், பலவீனங்களுக்கு ஏற்ப தனது தந்திரங்களை வடிவமைத்தார். தனது திறமையான குதிரைப்படைகளைக் கொண்டு, இயக்கம் மற்றும் வேகத்தைத் தனக்குச் சாதகமாகப் பயன்படுத்திப் போரில் புரட்சியை ஏற்படுத்தினார். செங்கிஸ்கான் தனது எதிரிகளைச் சோர்வடையச் செய்யப் பயங்கரவாதம் போன்ற உளவியல் தந்திரங்களைப் பயன்படுத்தினார்.

அட்டிலாவின் படை, முதன்மையாகப் குதிரைப்படையைக் கொண்டது. அதன் இயக்கம் விரைவாகவும் கணிக்க முடியாத வகையிலும் தாக்கும் திறனுக்காகப் புகழ்பெற்றது. பொ.யு.மு.452ல் அக்கிலியா முற்றுகையின் போது அட்டிலா முற்றுகை சார்ந்த தந்திரங்களைத் திறம்பட பயன்படுத்தினார். அங்கு அவர் நன்கு பலப்படுத்தப்பட்ட நகரங்களை முற்றுகையிடும் தனது திறனை வெளிப்படுத்தினார். அட்டிலா ராணுவ பலத்துடன் ராஜதந்திரத்தைப் பயன்படுத்தினார். பல்வேறு ஐரோப்பிய, ஆசிய சக்திகளுடன் சாதகமான ஒப்பந்தங்கள், கூட்டணிகள் குறித்து பேச்சுவார்த்தை நடத்தினார்.

செங்கிஸ்கானின் தலைமையின் கீழ், மங்கோலியப் பேரரசு ஆசியாவிலிருந்து ஐரோப்பா வரை பரவியிருந்த மிகப் பெரிய நிலப் பேரரசாக மாறியது. மங்கோலிய ஆட்சியின் கீழ் ஒப்பீட்டளவில் அமைதி நிலவிய பாக்ஸ் மங்கோலியா, பட்டுப்பாதையில் கிழக்கிற்கும் மேற்கிற்கும் இடையிலான கலாசாரப் பரிமாற்றத்திற்கு வழிவகுத்தது. செங்கிஸ்கானின் பாரம்பரியத்தில் ஒரு மையப்படுத்தப்பட்ட அஞ்சல் முறையை நிறுவுதல், மத சகிப்புத்தன்மை மங்கோலியப் பேரரசின் நீடித்த செல்வாக்கு ஆகியவை அடங்கும்.

மேற்கு ரோமைப் பேரரசில் அட்டிலாவின் படையெடுப்புகள் பேரரசின் வீழ்ச்சிக்குப் பங்களித்தன. அதன் வீழ்ச்சியை விரைவுபடுத்தின. ‘கடவுளின் சாபம்’ என்ற அட்டிலாவின் நற்பெயரும், ரோம சாம்ராஜ்யத்தை அச்சுறுத்தும் அவரது திறனும் அவரது காலத்தின் வரலாற்று நினைவில் நீடித்த தாக்கத்தை ஏற்படுத்தியது. பொ.யு.மு.453ல் அட்டிலாவின் சாம்ராஜ்யம் சிதைந்து வீழ்ச்சியடைந்தாலும், அவர் ஹூன்னிக் சக்தி மற்றும் அதன் வீழ்ச்சியடைந்த ஆண்டுகளில் ரோமப் பேரரசு எதிர்கொண்ட சவால்களின் அடையாளமாக உள்ளார்.

செங்கிஸ்கானின் பேரரசு, அவரது மரணத்திற்குப் பின்னர், அவரது சந்ததியினரின் ஆட்சியின் கீழ் தொடர்ந்தது. இது சீனாவில் யுவான் வம்சத்திற்கும் ரஷ்யாவில் தங்க நாடோடிக் கூட்டத்திற்கும் வழிவகுத்தது. இவரது ராணுவ உத்திகள் பிற்கால வெற்றியாளர்கள் மற்றும் ராணுவத் தலைவர்களைப் பாதித்தன. செங்கிஸ்கான் மங்கோலியத் தேசிய அடையாளத்தின் ஒருங்கிணைந்த பகுதியாக உள்ளார். வரலாற்று நாயகனாகக் கொண்டாடப்படுகிறார்.

அட்டிலாவின் மரணத்திற்குப் பின்னர், அவரது பேரரசு துண்டுத் துண்டாக உடைந்து, வீழ்ச்சியடைந்தது. ஆனால், ஹூணர்கள் ஐரோப்பிய வரலாற்றில் ஒரு குறுகிய காலத்திற்கு வலிமையான சக்தியாக இருந்தனர். ஓர் உக்கிரமான போர்வீரராகவும் தலைவராகவும் அட்டிலாவின் பாரம்பரியம் வரலாற்றுக் குறிப்புகள், இலக்கியம் பிரபலமான கலாசாரத்தில் நீடிக்கிறது. மக்யார்கள் போன்ற ஐரோப்பாவின் பிற்கால நாடோடி பழங்குடிகள் மீது ஹூனர்களின் செல்வாக்கு அட்டிலாவின் நீடித்த பாரம்பரியத்திற்கு ஒரு சான்றாக உள்ளது.

செங்கிஸ்கான் மற்றும் அட்டிலா தி ஹூன், காலத்திலும் இடத்திலும் வேறுபாடுகள் இருந்தபோதிலும், இருவரும் ராணுவ வரலாற்றில் தனித்துவமான நபர்களாக நிற்கின்றனர். அவர்கள் ராணுவ கண்டுபிடிப்புகள், தகவமைப்பு, உலகில் நீண்டகாலத் தாக்கம் ஆகியவற்றின் பொதுவான பாரம்பரியத்தைப் பகிர்ந்து கொள்கிறார்கள். செங்கிஸ்கானின் மங்கோலியப் பேரரசு, அதன் கலாசாரப் பரிமாற்றம் நீடித்த செல்வாக்குடன், மேற்கு ரோமைப் பேரரசின் வீழ்ச்சியில் அட்டிலாவின் சீர்குலைக்கும் பாத்திரத்துடன் முரண்படுகிறது. இருப்பினும், இரு தலைவர்களும் வரலாற்றின் போக்கை வடிவமைப்பதில் ராணுவ மேதைமை லட்சியத்தின் சக்திவாய்ந்த கலவையின் நீடித்த ஈர்ப்பைக் காட்டி வரலாற்றாசிரியர்களைத் தொடர்ந்து கவர்ந்திழுக்கின்றனர்.

செங்கிஸ்கானும் தைமூரும்

செங்கிஸ்கான், தைமூர் இருவரும் ‘டாமர்லேன்’ என்றும் அழைக்கப்படுகிறார்கள். அவர்கள் வரலாற்றின் மிகவும் வலிமையான வெற்றியாளர்கள். ஒவ்வொருவரும் தங்கள் வாழ்நாளில் அந்தந்த பிராந்தியங்களில் ஆழமான தாக்கத்தை ஏற்படுத்தினர். வெவ்வேறு காலகட்டங்களில் வாழ்ந்தாலும், வெவ்வேறு பின்னணியிலிருந்து வந்திருந்தாலும், இரு நபர்களும் தங்கள் ராணுவ வலிமை மற்றும் அவர்கள் நிறுவிய பேரரசுகளுக்காகக் கொண்டாடப்படுகிறார்கள். செங்கிஸ்கான் மற்றும் தைமூரின் வாழ்க்கையை விரிவாக ஒப்பிடுவதன் வழியாகப் பல தகவல்களை நம்மால் பெற முடியும்.

செங்கிஸ்கானின், ஆரம்பக்கால வாழ்க்கை அவரது தந்தையின் இழப்பு, குலத்தைக் கைவிடுதல் உள்ளிட்ட துன்பங்களால் குறிக்கப்பட்டது. கவர்ச்சி, ராஜதந்திரம் ராணுவ சாதுர்யத்தின் கலவையால், அவர் பிளவுபட்ட மங்கோலியப் பழங்குடியினரை ஒன்றிணைத்து செங்கிஸ்கான் என்ற பட்டத்தைப் பெற்றார்.

மேற்கில் டாமர்லேன் என்று அழைக்கப்படும் தைமூர் பொ.யு.1336ம் ஆண்டில் தற்போதைய உஸ்பெகிஸ்தானில் பிறந்தார். டர்கோ—மங்கோலியப் பின்னணியில் வந்த இவர் ஒரு வசீகரமான, லட்சிய தலைவராக உருவெடுத்தார். செங்கிஸ்கானைப் போலவே, இவர் பல்வேறு மத்திய ஆசியப் பழங்குடிகளை ஒன்றிணைத்து 14ம் நூற்றாண்டின் பிற்பகுதியில் தனது படையெடுப்புகளைத் தொடங்கினார்.

செங்கிஸ்கான் போர்க்களத்தில் தகவமைத்துக் கொள்வதில் வல்லவராக இருந்தார், நிலப்பரப்பு, வானிலை தனது

எதிரிகளின் பலம், பலவீனங்களின் அடிப்படையில் பலவிதமான தந்திரங்களைப் பயன்படுத்தினார். செங்கிஸ்கான் தனது எதிரிகளைச் சோர்வடையச் செய்யத் திடீர் தாக்குதல்கள் போன்ற உளவியல் தந்திரங்களைப் பயன்படுத்தினார்.

தைமூர் மிகவும் திறமையான ராணுவ மேலாண்மைவாதியாக இருந்தார். தனது படையெடுப்புகளில் முற்றுகை கோபுரங்கள் போன்றனவற்றைப் பயன்படுத்துவது போன்ற புதுமையான தந்திரங்களைப் பயன்படுத்தினார். எதிரிகளை அச்சமுறுத்துவதற்காகக் காட்டுமிராண்டித்தனம் போன்ற உளவியல் தந்திரங்களை அவர் அடிக்கடி பயன்படுத்தினார். இதனால் போர் இல்லாமல் சரணடைவதற்கு வழிவகுத்தார். தைமூர் நன்கு பலப்படுத்தப்பட்ட நகரங்களை முற்றுகையிடுவதில் சிறந்து விளங்கினார். தனது துல்லியமான திட்டமிடல் மற்றும் பொறுமையை வெளிப்படுத்தினார்.

செங்கிஸ்கானின் தலைமையின் கீழ், மங்கோலியப் பேரரசு ஆசியாவிலிருந்து ஐரோப்பா வரை பரவியிருந்த வரலாற்றில் மிகப் பெரிய நிலப் பேரரசாக மாறியது. மங்கோலிய ஆட்சியின் கீழ் ஒப்பீட்டளவில் அமைதி நிலவிய பாக்ஸ் மங்கோலியா, பட்டுப்பாதையில் கலாசாரப் பரிமாற்றத்தை எளிதாக்கியது. இது வர்த்தகத்தின் பரவலுக்குப் பங்களித்தது. செங்கிஸ்கானின் பாரம்பரியத்தில் ஒரு மையப்படுத்தப்பட்ட அஞ்சல் முறையை நிறுவுதல், மத சகிப்புத்தன்மை ஆசியாவிலும் ஐரோப்பாவிலும் மங்கோலியப் பேரரசின் நீண்டகாலச் செல்வாக்கு ஆகியவை அடங்கும்.

தைமூரின் வெற்றிகள் மத்திய ஆசியா, பாரசீகம், இந்தியாவின் சில பகுதிகளை உள்ளடக்கிய தைமூரியப் பேரரசை நிறுவ வழிவகுத்தன. அவரது பேரரசு கலாசாரம் மற்றும் கலையின் மையமாக மாறியது. கலை, கலாசாரத்தின் மீதான தைமூரின் ஆதரவு கட்டடக்கலை, இலக்கியம், அறிவியலில் குறிப்பிடத்தக்கச் சாதனைகளுடன் தைமூரிய மறுமலர்ச்சியின் செழிப்புக்குப் பங்களித்தது. தைமூரின் பாரம்பரியத்தில் பாரசீக கலாசாரத்திற்கு தைமூரிய வம்சத்தின் பங்களிப்புகள், உஸ்பெகிஸ்தானின் சமர்கந்தில் விட்டுச் செல்லப்பட்ட கட்டிடக்கலை அதிசயங்கள் ஆகியவை அடங்கும்.

செங்கிஸ்கானின் மரணத்திற்குப் பின்னர், அவரது பேரரசு அவரது சந்ததியினரின் கீழ்த் தொடர்ந்தது. இது சீனாவில் யுவான் வம்சத்திற்கும் ரஷ்யாவில் தங்க நாடோடிக் கூட்டத்திற்கும் வழிவகுத்தது. செங்கிஸ்கானின் ராணுவ

உத்திகள் தைமூர், நெப்போலியன் போனபார்ட் போன்ற பிற்கால வெற்றியாளர்களைப் பாதித்தன. இது அவரது தந்திரங்களின் நீடித்த பொருத்தத்தை வெளிப்படுத்தியது. செங்கிஸ்கான் நவீன மங்கோலியாவில் தேசியப் பெருமையின் அடையாளமாக உள்ளார்.

தைமூரால் நிறுவப்பட்ட தைமூரியப் பேரரசு பாரசீக கலாசாரத்தில் நீடித்த தாக்கத்தை ஏற்படுத்தியது, கலை, கட்டடக்கலை, இலக்கியத்தில் செல்வாக்குச் செலுத்தியது. சமர்கந்தில் உள்ள ரெஜிஸ்தான் சதுக்கம் உட்பட தைமூரின் கட்டடக்கலை சாதனைகள் தொடர்ந்து சுற்றுலாப் பயணிகளை ஈர்க்கின்றன தைமூரின் வெற்றியாளர், பண்பாட்டின் புரவலர் என்ற புகழ் மத்திய ஆசியாவின் வரலாற்றுக் குறிப்புகள், கலாசார மரபுகளில் நீடிக்கிறது.

செங்கிஸ்கான் மற்றும் தைமூர், பல நூற்றாண்டுகளால் பிரிக்கப்பட்டாலும், வெவ்வேறு கலாசார பின்னணிகளிலிருந்து தோன்றியிருந்தாலும், அவர்களின் விதிவிலக்கான ராணுவத் தலைமை, அவர்கள் கட்டியெழுப்பிய பேரரசுகள் காரணமாக வரலாற்றில் ஒரு முக்கிய இடத்தைப் பகிர்ந்து கொள்கின்றனர். செங்கிஸ்கானின் தகவமைப்பு, குதிரைப்படை ஆதிக்கம் போரில் புரட்சியை ஏற்படுத்தியது. அதே நேரத்தில் தைமூரின் தந்திரம், புத்திசாலித்தனம், கலாசார ஆதரவு மத்திய ஆசியாவில் ஆழமான தாக்கத்தை ஏற்படுத்தியது.

செங்கிஸ்கானும் நான்காம் இவானும்

செங்கிஸ்கான் மற்றும் நான்காம் இவான், பொதுவாக ‘தி டெர்ரிபிள்’ என்று அழைக்கப்படும் இரண்டு வரலாற்று நபர்கள் வெவ்வேறு காலகட்டங்களில், அந்தந்த பகுதிகளில் அழிக்க முடியாத அடையாளங்களை விட்டுச்சென்றனர். இரு தலைவர்களும் மாறுபட்ட சூழல்களிலும், மாறுபட்ட மரபுகளைக் கொண்டும் தங்கள் குறிப்பிடத்தக்க ராணுவ, அரசியல் சாதனைகளுக்காகப் புகழ்பெற்றவர்கள்.

செங்கிஸ்கான் தனது வசீகரம், ராஜதந்திரம், ராணுவ சாதுர்யத்தின் மூலம், மங்கோலியப் பழங்குடியினரை ஒன்றிணைத்து, ‘உலகளாவிய ஆட்சியாளர்’ என்று பொருள்படும் செங்கிஸ்கான் என்ற பட்டத்தைப் பெற்றார்.

நான்காம் இவான் பொ.யு1530ல் ரஷ்யாவில் பிறந்தார். உருசியாவின் முதல் ஜார் மன்னரான இவர் பொ.யு.1547ம் ஆண்டில் இளம் வயதிலேயே அரியணை ஏறினார். இவானின்

குழந்தைப் பருவம் ரஷ்யப் பிரபுக்களிடையே அதிகாரப் போட்டிகளால் வகைப்படுத்தப்பட்டது. அவர் அரசியல் ஸ்திரமின்மையால் பாதிக்கப்பட்ட ஒரு ராஜ்ஜியத்தை மரபுரிமையாகப் பெற்றார்.

செங்கிஸ்கானின் ஆட்சிக்காலம் (பொ.யு.1206—1227) விரிவான ராணுவப் படையெடுப்புகளால் குறிக்கப்பட்டது. இதன் விளைவாக ஆசியா முதல் ஐரோப்பா வரை பரந்த மங்கோலியப் பேரரசு உருவாக்கப்பட்டது. செங்கிஸ்கான் திறம்படத் தனது கீழ்ப் பணிபுரிபவர்களுக்கு அதிகாரத்தை ஒப்படைத்தார். தகுதியையும் விசுவாசத்தையும் ஊக்குவித்தார்.

இவானின் ஆட்சிக்காலம் (பொ.யு.1547—1584) ஜார் மன்னரின் கீழ் அதிகார மையப்படுத்தலால் வகைப்படுத்தப்பட்டது. இது ஒப்ரிச்னினா என்ற ரகசிய போலீஸ் படை மூலம் பிரபுக்களின் அதிகாரத்தைக் குறைத்தது. ஒப்ரிச்னினாவைப் பயன்படுத்தியது கொடூரமான அடக்குமுறைக்கும், களையெடுப்புகளுக்கும் வழிவகுத்தது. இது ரஷ்யாவில் நிலையற்ற சூழலை உருவாக்கியது. அவர் ரஷ்யாவின் நிலப்பரப்பைக் கிழக்கு நோக்கி விரிவுபடுத்தி, சைபீரியா மற்றும் பிற பிராந்தியங்களின் மீதான கட்டுப்பாட்டை உறுதிப்படுத்தினார்.

செங்கிஸ்கானின் தலைமையின் கீழ், மங்கோலியப் பேரரசு வரலாற்றில் மிகப்பெரிய நிலப் பேரரசாக மாறியது. இது பட்டுப்பாதையில் கலாசாரப் பரிமாற்றத்திற்குப் பங்களித்தது. மங்கோலிய ஆட்சியின் கீழ் ஒப்பீட்டளவில் அமைதி நிலவிய பாக் மங்கோலியா, யூரேசியா முழுவதும் வர்த்தகம் தகவல்தொடர்புக்கு உதவியது. செங்கிஸ்கானின் பாரம்பரியத்தில் மத சகிப்புத்தன்மை, ஆசியா, ஐரோப்பாவில் மங்கோலியச் செல்வாக்குப் பரவுதல் ஆகியவை அடங்கும்.

இவானின் ஆட்சி அதிகார மையப்படுத்தலைக் குறிக்கிறது, ரஷ்யாவில் பல நூற்றாண்டுகளாக நீடித்த சர்வாதிகார ஜாரிச அமைப்புக்கு அடித்தளம் அமைத்தது. இவானின் அடக்குமுறை ஆட்சியும், ஒப்ரிச்னினாவின் போது நிகழ்த்தப்பட்ட அட்டூழியங்களும் ரஷ்யச் சமூகத்தில் அச்சத்தையும் அதிர்ச்சியையும் ஏற்படுத்தின. இவானின் விரிவாக்கவாதக் கொள்கைகள் ரஷ்யாவின் பிராந்திய பிடிப்புகளை அதிகரித்தன. ஒரு முக்கிய ஐரோப்பியச் சக்தியாக உருவெடுப்பதற்கான களத்தை அமைத்தன.

செங்கிஸ்கானின் மரணத்திற்குப் பின்னர், அவரது பேரரசு அவரது சந்ததியினரின் கீழ்த் தொடர்ந்தது. இது சீனாவில்

யுவான் வம்சத்திற்கும் ரஷ்யாவில் தங்க நாடோடிக் கூட்டத்திற்கும் வழிவகுத்தது. செங்கிஸ்கானின் ராணுவ உத்திகள் பிற்கால வெற்றியாளர்களைப் பாதித்தன. செங்கிஸ்கான் நவீன மங்கோலியாவில் தேசியப் பெருமையின் அடையாளமாக உள்ளார்.

இவானின் ஆட்சி ரஷ்யாவில் ஜாரிச எதேச்சதிகாரத்திற்கான வார்ப்புருவை நிறுவியது. இது 1917ம் ஆண்டு ரஷ்யப் புரட்சி வரை பல நூற்றாண்டுகளாக நீடித்தது. இவானின் அடக்குமுறை ஆட்சியின் நினைவுகள் எதேச்சாதிகாரம் கொடுங்கோன்மை பற்றிய ரஷ்ய சமூகத்தின் கண்ணோட்டத்தைத் தொடர்ந்து வடிவமைத்தன. இவானின் பிராந்திய வெற்றிகள் ஒரு பரந்த யூரேசிய சாம்ராஜ்யமாக ரஷ்யாவின் வளர்ச்சிக்குக் களம் அமைத்து, அதன் புவிசார் அரசியல் கலாசார வளர்ச்சியைப் பாதித்தது.

செங்கிஸ்கான் மற்றும் நான்காம் இவான் ஆகிய இருவரும் தங்கள் பேரரசுகளை வடிவமைத்து நீடித்த பாரம்பரியத்தை விட்டுச் சென்ற இரண்டு செல்வாக்கு மிக்க தலைவர்கள் ஆவர். செங்கிஸ்கானின் ராணுவ வெற்றிகள் நிர்வாகக் கண்டுபிடிப்புகள் பரந்த மங்கோலிய பேரரசு பட்டுப்பாதையில் கலாசாரப் பரிமாற்றத்திற்கு பங்களித்தன. இதற்கு நேர்மாறாக, நான்காம் இவானின் அதிகார மையப்படுத்தல் அடக்குமுறை ஆட்சி ரஷ்யாவில் ஜாரிச எதேச்சதிகாரத்திற்கான கட்டமைப்பை நிறுவியது, அதே நேரத்தில் அதன் பிராந்தியத்தையும் விரிவுபடுத்தியது.

இரு தலைவர்களும் வரலாற்றில் குறிப்பிடத்தக்கத் தாக்கத்தை ஏற்படுத்தியிருந்தாலும், செங்கிஸ்கானின் பாரம்பரியம் புதுமை, தகவமைப்பு ஆகியவற்றால் வகைப்படுத்தப்படுகிறது. அதே நேரத்தில் நான்காம் இவானின் ஆட்சி மையப்படுத்தல், அடக்குமுறையால் குறிக்கப்படுகிறது.

செங்கிஸ்கானும் கையஸ் ஜூலியஸ் சீசரும்

செங்கிஸ்கான் மற்றும் கையஸ் ஜூலியஸ் சீசர் ஆகிய இருவரும் வரலாற்றின் மிகவும் கொண்டாடப்பட்ட ராணுவத் தலைவர்கள். ஒவ்வொருவரும் தங்கள் வாழ்நாளில் அந்தந்த பிராந்தியங்களில் அழிக்க முடியாத முத்திரையைப் பதித்துள்ளனர். அவர்களைப் பிரிக்கும் பரந்த தற்காலிகப் புவியியல் வேறுபாடுகள் இருந்த போதிலும், இரண்டு நபர்களும் அவர்கள் வடிவமைத்த பேரரசுகளுக்குப் பெயர் பெற்றவர்கள்.

செங்கிஸ்கானின் ஆரம்பக்கால வாழ்க்கை அவரது தந்தையின் இழப்பு அவரது குலத்தால் கைவிடப்பட்டது உள்ளிட்டவற்றால் வகைப்படுத்தப்பட்டது. இந்தச் சவால்கள் இருந்தபோதிலும், அவர் ஒரு வசீகரமான, உறுதியான தலைவராக உருவெடுத்தார். மங்கோலியப் பழங்குடிகளை ராஜதந்திரம், ராணுவத்திறன் மூலம் ஒன்றிணைத்து ஆட்சியாளராக ஆனார்.

பொ.யு.மு.100ல் ரோமில் பிறந்த ஜூலியஸ் சீசர் ஒரு முக்கிய ரோமானிய குடும்பத்தைச் சேர்ந்தவர். ரோமானிய அரசியல் ராணுவ மரபுகளில் கல்வி கற்ற இவர் தூதர், ஆளுநர் உள்ளிட்ட பல்வேறு அரசியல் பதவிகளை வகித்தார். கவுலில் அவர் பெற்ற ராணுவ வெற்றிகள் அவருக்கு மகத்தான புகழையும் செல்வாக்கையும் பெற்றுத் தந்தன.

செங்கிஸ்கான் போர்க்களத்தில் வல்லவராக இருந்தார். நிலப்பரப்பு, வானிலை பலவிதமான தந்திரங்களைப் பயன்படுத்தினார். அவரின் விரைவான தாக்குதல்கள், சூழ்ச்சிகளை மேற்கொள்ளும் தனித் திறன் கொண்ட வீரர்கள், அவரின் திறமையான குதிரைப்படை ஒன்றிணைந்து போரில் புரட்சியை ஏற்படுத்தின. செங்கிஸ்கான் தனது எதிரிகளை விரக்தியடையச் செய்வதற்கும் பலவீனப்படுத்துவதற்கும் பய உத்திகள், திடீர் தாக்குதல்கள் போன்ற உளவியல் தந்திரங்களைப் பயன்படுத்தினார்.

சீசர் கவுல் அலெசியா முற்றுகையில் அவரது படையெடுப்புகளின் போது திறமையான போர்த்திறனை வெளிப்படுத்தினார். அங்கு அவர் நன்கு பலப்படுத்தப்பட்ட பாதுகாப்புகளை வெல்லும் தனது திறனைக் காட்டினார். பின்னர் ரோமானிய உள்நாட்டுப் போரில் அவரது ராணுவ நடவடிக்கைகள் அவரது புத்திசாலித்தனத்தை வெளிப்படுத்தின. இதில் ‘டெஸ்டுடோ’ உருவாக்கத்தைப் பயன்படுத்துதல், ரூபிகான் ஆற்றைக் கடத்தல் ஆகியவை அடங்கும். சீசரின் படைகள் தங்கள் ஒழுக்கத்திற்கும், விசுவாசத்திற்காகவும் அறியப்பட்டன. இது அவரது ராணுவ வெற்றிகளில் முக்கியப் பங்கு வகித்தது.

செங்கிஸ்கானின் தலைமையின் கீழ், மங்கோலியப் பேரரசு ஆசியாவிலிருந்து ஐரோப்பா வரை பரவியிருந்த வரலாற்றில் மிகப்பெரிய நிலப் பேரரசாக மாறியது. செங்கிஸ்கானின் பாரம்பரியத்தில் மத சகிப்புத்தன்மை, ஆசியா, ஐரோப்பாவில் மங்கோலியப் பேரரசின் நீடித்த செல்வாக்கு ஆகியவை அடங்கும்.

சர்வாதிகாரியாகச் சீசரின் நடவடிக்கைகள் ரோமானிய வரலாற்றில் ஒரு திருப்புமுனையைக் குறிக்கின்றன. குடியரசை ஒரு சர்வாதிகார ஆட்சியாக மாற்றி, களம் அமைத்தன. நவீனக் கிரிகோரியன் நாட்காட்டியின் அடிப்படையாக இருந்த ஜூலியன் நாட்காட்டியை அவர் அறிமுகப்படுத்தினார். இது, நேரக் காப்பில் அவரது செல்வாக்கை நிரூபித்தது. சீசரின் சட்டத் சீர்திருத்தங்கள் ரோமானிய அரசிற்குள் அதிகச் சமத்துவம், சமூக ஒருங்கிணைப்பை நோக்கமாகக் கொண்டிருந்தன. இது எதிர்காலச் சட்ட வளர்ச்சிகளுக்கு அடித்தளம் அமைத்தது.

செங்கிஸ்கானின் மரணத்திற்குப் பின்னர், அவரது பேரரசு அவரது சந்ததியினரின் கீழ்த் தொடர்ந்தது. இது, சீனாவில் யுவான் வம்சத்திற்கும் ரஷ்யாவில் தங்க நாடோடிக் கூட்டத்திற்கும் வழிவகுத்தது.

சீசரின் அதிகார ஒருங்கிணைப்பு சீர்திருத்தங்கள் இறுதியில் ரோமக் குடியரசில் இருந்து ரோமப் பேரரசுக்கு மாறுவதற்கு வழிவகுத்தன. வரலாற்றுச் சமகால அரசியல் சிந்தனையில் தலைமைத்துவம் மற்றும் அரசியல் சூழ்ச்சிக்கு எடுத்துக்காட்டுகளாக அவரது வாழ்க்கையும் செயல்பாடுகளும் தொடர்ந்து ஆய்வு செய்யப்படுகின்றன. சீசரின் ஜூலியன் நாட்காட்டியும், லத்தீன் மொழியும் ரோமப் பேரரசு முழுவதும் பரவி, ஐரோப்பிய கலாசாரம் மற்றும் மொழிகளில் செல்வாக்குச் செலுத்தியது.

செங்கிஸ்கான் மற்றும் கையஸ் ஜூலியஸ் சீசர், காலத்திலும் இடத்திலும் வேறுபாடுகள் இருந்தபோதிலும், அவர்களின் விதிவிலக்கான ராணுவத் தலைமை அவர்கள் வடிவமைக்க உதவிய பேரரசுகள் காரணமாக வரலாற்றில் ஒரு முக்கிய இடத்தைப் பகிர்ந்து கொள்கின்றனர்.

செங்கிஸ்கானைப் பற்றிச் சில கருத்துகள்

செங்கிஸ்கானின் பாரம்பரியம் உலகெங்கிலும் உள்ள வரலாற்றாசிரியர்கள், தலைவர்கள், செல்வாக்கு மிக்க நபர்களின் கவனத்தை ஈர்த்துள்ளது. வரலாறு, புவிசார் அரசியல், கலாசார பரிமாற்றம் ஆகியவற்றில் அவரது தாக்கத்தின் சிக்கலானத் தன்மையைப் பிரதிபலிக்கும் வகையில் அவரைப் பற்றிய அவர்களின் கருத்துகள் பரவலாக வேறுபடுகின்றன. இந்த முக்கியமான நபர்களின் கண்ணோட்டங்களை ஆராய்வது செங்கிஸ்கானின் பன்முகப் பாரம்பரியத்தைப் பற்றிய நுண்ணிய தகவல்களை வழங்குகிறது.

மார்க்கோ போலோ

13ம் நூற்றாண்டில் மங்கோலியப் பேரரசில் விரிவாகப் பயணம் செய்த வெனிசிய ஆய்வாளர் மார்கோபோலோ, செங்கிஸ்கானின் ஆட்சி குறித்து சாதகமான கண்ணோட்டத்தை வழங்கினார். மங்கோலிய ஆட்சியின் நேர்மறையான அம்சங்களை வலியுறுத்தி, போலோ தனது பயணங்களின் போது கண்ட திறமையான நிர்வாகம், மத சகிப்புத்தன்மை, ஸ்திரத்தன்மையை பாராட்டினார்.

ரஷீத் அல்-தின்

பாரசீக வரலாற்றாசிரியரும், பாரசீக மங்கோலிய மாநிலமான இல்கானேட்டின் ஆலோசகருமான ரஷீத் அல்—தின், செங்கிஸ்கான் மற்றும் அவரது வாரிசுகளைப் பற்றி விரிவாக எழுதினார்.

அவர் ஒரு நுணுக்கமான பார்வையை முன்வைத்தார். வெற்றிகளின் கொடூரம், நிர்வாகச் சீர்திருத்தங்கள், வர்த்தகம், கலாசார பரிமாற்றத்தில் மங்கோலிய ஆட்சியின் நேர்மறையான தாக்கம் இரண்டையும் ஒப்புக் கொண்டார்.

பிளானோ கார்பினியின் ஜான்

பிரான்சிஸ்கன் துறவியும் போப்பாண்டவரின் தூதருமான பிளானோ கார்பினியின் ஜான் 13ம் நூற்றாண்டில் மங்கோலியப் பேரரசுக்கு விஜயம் செய்தார். பேரரசின் பரந்த தன்மை, அதன் ராணுவத்தின் வலிமை, திறமையான நிர்வாகம் ஆகியவற்றை அவரது பதிவுகள் எடுத்துக் காட்டுகின்றன. அவர் மங்கோலிய ஆட்சியின் கடுமையைக் குறிப்பிட்டாலும், அவர்கள் தங்கள் பிராந்தியங்களுக்குக் கொண்டு வந்த ஸ்திரத்தன்மையையும் ஒழுங்கையும் ஒப்புக்கொண்டார்.

ஜாக் வெதர்ஃபோர்டு

சமீபக் காலங்களில், அமெரிக்க மானுடவியலாளரும் எழுத்தாளருமான ஜாக் வெதர்ஃபோர்டு போன்ற அறிஞர்கள் செங்கிஸ்கானின் பாரம்பரியத்தின் நேர்மறையான அம்சங்களை முன்னிலைப் படுத்தியுள்ளனர். Genghis Khan and the Making of the Modern World - Jack Weatherford என்ற புத்தகம் உட்பட வெதர்ஃபோர்டின் படைப்புகள் வர்த்தகம், கலாசாரப் பரிமாற்றம், அறிவு பரிமாற்றத்தில் பேரரசின் பங்களிப்புகளை வலியுறுத்துகின்றன.

நவீன மங்கோலியத் தலைமை

நவீன மங்கோலியாவின் தலைவர்கள் பெரும்பாலும் செங்கிஸ்கானை ஒரு தேசிய நாயகனாகவும் ஒற்றுமையின் சின்னமாகவும் பார்க்கிறார்கள். மங்கோலிய பழங்குடிகளை ஒன்றிணைப்பதிலும், வலுவான ஒன்றுபட்ட மங்கோலியாவுக்கு அடித்தளம் அமைப்பதிலும் அவர் ஆற்றிய பங்கிற்காக அவர் கொண்டாடப்படுகிறார்.